बुद्धिमान महान संशोधक

अल्बर्ट आईन्स्टाईन

बेस्ट सेलर पुस्तक 'विचार नियम'चे रचनाकार सरश्री यांची अन्य श्रेष्ठ पुस्तकं

आध्यात्मिक विकास साधण्यासाठी या पुस्तकांचा लाभ घ्यावा
- जीवनाची दोन टोकं – ध्यान आणि धन
- रामायण वनवास रहस्य
- संत ज्ञानेश्वर – समाधी रहस्य आणि जीवन चरित्र
- ध्यान नियम – ध्यान करण्याचे सुलभ उपाय
- क्षमेची जादू – क्षमेचं सामर्थ्य जाणा, सर्व दुःखांपासून मुक्त व्हा
- प्रेम नियम – प्लॅस्टिक प्रेमातून मुक्ती

स्वविकासासाठी या पुस्तकांचा लाभ घ्यावा
- विचार नियम – आपल्या यशाचं रहस्य
- विकास नियम – आत्मसंतुष्टीचं रहस्य
- परिवारासाठी विचार नियम – हॅपी फॅमिलीची सात सूत्रं
- स्वसंवाद एक जादू – आपला रिमोट कंट्रोल कसा प्राप्त करावा
- आत्मविश्वास आणि आत्मबळ – यशाचं शिखर गाठणारे पंख
- समग्र लोकव्यवहार – मैत्री आणि नातं निभावण्याची कला
- अपयशावर मात – क्षमताप्राप्तीचं रहस्य
- कसा कराल स्वतःचा विकास आणि प्रशिक्षण – आत्मविकासाची सात पावलं
- सुखी जीवनाचे पासवर्ड – दुःख, अशांती आणि उद्विग्नतेच्या कैदेतून सुखाला करा मुक्त

युवकांनी या पुस्तकांचा लाभ घ्यावा
- आजच्या युवा पिढीसाठी – विचार नियम फॉर युथ
- नींव नाइन्टी फॉर टीन्स् – बेस्ट कसे बनाल
- श्रीरामांकडून काय शिकाल – नवरामायण फॉर टीन्स

या पुस्तकाद्वारे प्रत्येक समस्येचं समाधान प्राप्त करा
- स्वाथ्यप्राप्तीसाठी विचार नियम – मनःशक्तीद्वारे निरामय आरोग्य मिळवा
- स्वीकाराची जादू – त्वरित आनंद कसा प्राप्त करावा

या आध्यात्मिक कादंबऱ्यांद्वारे जीवनाचं गूढ रहस्य जाणा
- योग्य कर्मांद्वारे यशप्राप्ती – सन ऑफ बुद्धा
- शोध स्वतःचा – हरक्युलिसचा आंतरिक प्रवास
- पृथ्वी लक्ष्य – मृत्यूचं महासत्य
- दुःखात खुश राहण्याची कला – संवाद गीता

बुद्धिमान महान संशोधक

अल्बर्ट आईन्स्टाईन

E=MC²

A Happy Thoughts Initiative

अल्बर्ट आईन्स्टाईन

बुद्धिमान महान संशोधक

Albert Einstein

Buddhiman Mahan Sanshodhak

By Tejgyan Global Foundation

प्रकाशक : वॉव पब्लिशिंग्ज् प्रा. लि., पुणे

ISBN : 9789387696433

प्रथम आवृत्ती : ऑक्टोबर २०१८

© Tejgyan Global Foundation

All Rights Reserved 2018.
Tejgyan Global Foundation is a charitable organization having its headquarters in Pune, India.

सर्वाधिकार सुरक्षित

'वॉव पब्लिशिंग्ज् प्रा. लि.'द्वारे प्रकाशित हे पुस्तक अशा अटीवर विकण्यात येत आहे, की प्रकाशकाच्या लेखी पूर्वअनुमतीविना ते व्यापाराच्या दृष्टीने अथवा अन्य प्रकारे उसने, भाड्याने अथवा विकत, अन्य कोणत्याही प्रकारच्या बांधणीत अथवा अन्य मुखपृष्ठासह देता येणार नाही; तसेच अशाच प्रकारच्या अटी नंतरच्या ग्राहकावर बंधनकारक न करता आणि वर उल्लेखिलेल्या कॉपीराइटपुरत्या मर्यादित न ठेवता या पुस्तकाच्या कोणत्याही स्वरूपाच्या विनिमयास, तसेच कॉपीराइटधारक व वर उल्लेखिलेले प्रकाशक दोघांच्याही लेखी पूर्वअनुमतीविना इलेक्ट्रॉनिक, मेकॅनिकल, फोटोकॉपी, रेकॉर्डिंग इत्यादी प्रकारे या पुस्तकाचा कोणताही अंश पुनःप्रस्तुत करण्यास, जवळ बाळगण्यास अथवा सुधारित स्वरूपात प्रस्तुत करण्यास मनाई आहे.

'अल्बर्ट आइंस्टाइन' या मूळ हिंदी पुस्तकाचा मराठी अनुवाद

वैज्ञानिक जीवन यात्रा

	दोन शब्द	७
एक	ज्ञान आणि आत्मज्ञान यांतील दुवा – विज्ञान	९
दोन	पदार्थविज्ञान आणि गतिशास्त्राचे जनक	१४
भाग १	प्रारंभीक जीवन	१७
१	अल्बर्टचा परिवार	१९
२	शालेय शिक्षणाची सुरुवात	२३
३	यशाचा मंत्र	२६
४	अल्बर्टच्या आवडत्या गोष्टी	२९
५	अल्बर्टचा मित्र – मॅक्स टेलमूड	३१
भाग २	युवावस्थेत पदार्पण	३५
६	आराउचे कँटोनल स्कूल	३७
७	ज्युरिकची पॉलिटेक्निक इन्स्टिट्यूट	३९
भाग ३	वैवाहिक जीवन आणि शोधकार्य	४५
८	पेटंट कार्यालयातील पहिली नोकरी	४७
९	मिलेवाशी विवाह	५१
१०	आईन्स्टाईनचे प्रारंभिक चार शोध	५३
११	आईन्स्टाईनचा सापेक्षता सिद्धान्त	५७

५

१२	ज्यूरिक पॉलिटेक्निकमध्ये आगमन	६२
१३	प्राग विश्वविद्यालयाकडून प्रस्ताव	६६
१४	बर्लिन येथे स्थानांतरण	७०
१५	एल्साशी विवाह	७६

भाग ४ सापेक्षता सिद्धान्तासाठी प्रवास — ८१

१६	परदेश प्रवास	८३
१७	नोबेल पारितोषिक	९५
१८	आईन्स्टाईनच्या जीवनातील ५० वर्ष	९९
१९	गुरुदेव रवींद्रनाथ टागोर यांची भेट	१०२
२०	हिटलरचं शासन	१०५

भाग ५ प्रिन्सटनमधील २० वर्ष — १०९

२१	प्रिन्सटनमध्ये स्थलांतर	१११
२२	प्रिन्सटनमधील अविस्मरणीय किस्से	११६
२३	आईन्स्टाईन आणि परमाणु बाँब	१२०
२४	इसायलच्या राष्ट्रपतिपदाचा प्रस्ताव	१२३
२५	अंतिम स्वाक्षरी	१२६

भाग ६ आईन्स्टाईनचं भौतिक जग — १३१

२६	क्वांटम सिद्धान्त	१३३
२७	आईन्स्टाईन आणि मानवी मेंदू	१३६
२८	आईन्स्टाईन यांचे काही अमूल्य विचार	१४०

दोन शब्द

विज्ञानाला निसर्गातलं सर्वांत वैशिष्ट्यपूर्ण ज्ञान मानलं जातं. आपल्या गरजा भागविण्यासाठी माणसानं वेळोवेळी नवनवे शोध लावले. हे सर्व शोध म्हणजे खरंतर विज्ञानाचीच देणगी आहे. ब्रह्मांड, आकाश, वेळ, काळ, गती इत्यादी बाबींमध्ये बरंच संशोधन झालं. त्यातूनच या गोष्टी अधिकाधिक जाणून घेण्याची माणसाची जिज्ञासा सातत्याने वाढत गेली. निसर्गातील प्रत्येक घटना ब्रह्मांडाशी निगडित असल्याने आपण जे काही करतो, त्याचा प्रत्यक्ष-अप्रत्यक्ष संबंध ब्रह्मांडाशी येतोच. ब्रह्मांडाच्या परीक्षणाचा विकास-स्तर हळूहळू विकसित झाला. अनेक भौतिक शास्त्रज्ञांनी आपापल्या संशोधनाद्वारे वेळोवेळी अशी माहिती जगासमोर आणली, जी पाहून आपण अत्यंत आश्चर्यचकित होतो.

अनेक युगपुरुषांनी या विज्ञानक्षेत्रात जन्म घेतला आहे. त्यांनी केवळ विज्ञानाशी संबंधित अशा विषयांबाबतच नानाविध प्रयोग केले, असं नाही; तर असंख्य रहस्यांवरचा पडदाही दूर सारला. अशाच एका युगपुरुषाचं नाव आहे- अल्बर्ट आईन्स्टाईन! विज्ञानरूपी अवकाशामधला हा एक असा तारा, ज्यांच्या प्रकाशामुळे आजही वैज्ञानिकविश्व देदीप्यमान बनलंय.

त्यांचा जन्म यहुदी परिवारात झाला. भौतिकशास्त्रातील योगदानासाठी त्यांना 'नोबेल पुरस्कार' या सर्वोच्च सन्मानाने गौरवण्यात आलं. त्यांच्या सापेक्षतावादाच्या सिद्धान्ताने एक नवीनच रहस्य जगासमोर आणलं. ब्रह्मांडात घडणारी प्रत्येक घटना आपण त्याविषयी जसा विचार करतो, तशी घडत नसते, हे या सिद्धान्तामुळे लक्षात आलं. त्यांच्या क्रांतिकारी संशोधनामुळे विज्ञानजगतात खळबळ माजली. त्यांच्या विविध संशोधनांमुळेच ते सामान्यांमध्येही लोकप्रिय बनले. शिवाय सर्वत्र त्यांच्याच नावाची चर्चा सुरू झाली.

आपल्या काही सवयींमुळेही आईन्स्टाईन प्रसिद्ध आहेत. ते थोडेसे विसरभोळे असल्याने आपल्या कामात मग्न असताना नेहमी काही ना काही विसरून जात. पायात पायमोजे न घालणे हादेखील त्यांच्या व्यक्तित्वाचा एक भाग होता. व्हायोलिन वाजवणं आणि नौकाविहार करणं हे त्यांचे आवडीचे छंद होते. छोट्या-छोट्या बाबींवर लहान मुलांसारखं खळखळून हसणं आणि आपल्या सभोवताली खेळकर वातावरण निर्माण करणं, हेदेखील त्यांच्या स्वभावाचं एक महत्त्वपूर्ण वैशिष्ट्य होतं.

त्यांच्या तल्लख बुद्धीमुळे लोकांनाही एक प्रश्न कायम पडत असे. तो म्हणजे त्यांच्या मेंदूत असं काय आहे, ज्यामुळे त्यांची बुद्धी इतकी तीक्ष्ण आहे! त्यांच्या मेंदूमध्ये असे अनेक घटक होते, ज्यामुळे ते असामान्यपणे विचार करू शकत, असं अनेक शास्त्रज्ञांचंही मत होतं. याच असामान्य मेंदूमुळे त्यांनी 'लौकिक धर्म' याबाबतही एक व्याख्या केली. येणाऱ्या काळामध्ये हाच लौकिक धर्म सर्व देवी-देवतांचं स्थान घेईल आणि सर्वप्रकारचे धार्मिक अंधविश्वास-क्रिया बंद करेल, असं त्यांचं मत होतं.

शास्त्रज्ञ अल्बर्ट आईन्स्टाईनच्या संपूर्ण जीवनप्रवासाविषयी वाचकांना माहिती व्हावी, या उद्देशानेच पुस्तकाची निर्मिती झाली आहे. अशा थोर पुरुषांचा जीवनप्रवास आयुष्यात पुढे जाण्यासाठी आपल्यालाही प्रेरक ठरतो. वाचकांना हे पुस्तक मानवतेची सेवा करण्यासाठी प्रेरक ठरो आणि त्यांचे आयुष्य समाधानी होवो, याच अपेक्षेसह...!

एक
ज्ञान आणि आत्मज्ञान यांतील दुवा
विज्ञान

ज्ञान, विज्ञान आणि आत्मज्ञान या तिन्ही गोष्टी विविध प्रकारे आपली मदत करतात.

'ज्ञान' म्हणजे माहिती. वस्तू आणि त्यांचा वापर या संदर्भातील सर्व बाबी माहितीच्या क्षेत्रात समाविष्ट असतात. त्याबाबत तुम्हाला फक्त माहिती असते. जसं- तुमचा वाढदिवस कधी आहे... दुपारचं जेवण कुठे घेणार आहात... तुम्हाला कुठे नोकरी करण्याची इच्छा आहे... व्यवसाय कुठे करायला हवा... कोणत्या माहितीच्या आधारे तुम्हाला उपजीविकेचं लक्ष्य प्राप्त होणार आहे... इत्यादी.

यालाच आय.टी. म्हणजेच इन्फॉर्मेशन टेक्नॉलॉजी (माहिती तंत्रज्ञान) असंही म्हटलं जाऊ शकतं. केवळ माहिती मिळवण्यापुरतं एखाद्यानं स्वतःला सीमित ठेवलं तर त्याच्या जीवनाला पूर्णत्व प्राप्त होत नाही. कारण केवळ माहिती मिळाल्याने अनेक धोके निर्माण होऊ शकतात.

या ज्ञानाचाच बंधू- म्हणजे विज्ञान! आपल्या सभोवताली अगणित वस्तू आहेत. त्या आपल्या मूळ स्वरूपात कशाही असल्या तरीदेखील त्या वापरण्यायोग्य बनवून त्यातील वैशिष्ट्यं समजावून घेण्याची प्रक्रिया म्हणजेच- विज्ञान! विज्ञानाने मानवाला साधन-समृद्ध बनवलं आहे. विज्ञानाने आजवर निसर्गातील अनेक रहस्यं उलगडली आहेत. एखादी बाब विज्ञानाच्या साहाय्याने सिद्ध झाली असेल तर निश्चितच यश मिळतं. अशा रीतीने तुम्ही शास्त्रीयदृष्ट्या लक्षात आलेल्या बाबींच्या आधारावर पुढची पावलं टाकता आणि काही बाबींवर पूर्ण विश्वास ठेवून, त्यांविषयी खात्री बाळगून कार्य करता. कारण हे विज्ञानाधारे सिद्ध झालेलं आहे, हे तुम्हाला माहीत असतं. विज्ञान नेमकं हेच कार्य करतं. तर मग आता असा प्रश्न निर्माण होतो, की केवळ ज्ञान आणि विज्ञानच अस्तित्वात असतं आणि स्वज्ञान नसतं, तर काय झालं असतं बरं?

'स्वज्ञाना'ला इतकं महत्त्व का आहे? वास्तविक स्वज्ञानाच्या काही बाबी विज्ञान सिद्ध करू शकत नाही. परंतु तरी स्वज्ञानाविना हा त्रिकोण अपूर्ण आहे. म्हणून हा त्रिकोण पूर्ण होण्यासाठी स्वज्ञान अत्यावश्यक ठरतं.

ज्ञान आणि अज्ञान यांपलीकडे आहे 'तेजज्ञान' म्हणजे 'स्वज्ञान.' या आत्मज्ञानामुळे अज्ञान दूर होऊन ईश्वर प्रकट होतो. तुम्हाला कोणत्याही एका मनुष्यामध्ये ईश्वर दिसू लागला, तर तुम्ही प्रत्येकात ईश्वरच पाहाल. मग तो कोणत्याही अवस्थेत असो. स्वज्ञानाविना मनुष्याची अवस्था पंख असूनही उडू न शकणाऱ्या पक्ष्याप्रमाणे होते. तो पक्षी जेव्हा अन्य पक्ष्यांना उडताना बघतो, तेव्हा त्याच्या हृदयातदेखील उडण्याची इच्छा जागृत होते. अन् त्यानंतर त्याची उडण्याची शक्यता वाढते. याचाच अर्थ, आपल्या सभोवताली राहणाऱ्या एखाद्या मनुष्यात स्वज्ञानाची अवस्था प्रकट झाली असेल, तर तुमच्यातही ती स्थिती निर्माण होण्याची पूर्ण शक्यता असते.

या तीन बाबींपैकी ज्यांच्या आधारावर तुमचं आयुष्य छान चालेल,

अशा कोणत्याही दोन बाबी निवडा, असं जर तुम्हाला सांगितलं गेलं, तर तुम्ही कोणत्या दोन बाबींची निवड कराल?

या तिन्हींमधून जर 'स्वज्ञान' काढून टाकलं, तर आपलं आयुष्य अपूर्णच राहील. 'ज्ञान' काढून टाकाल, तर त्या ज्ञानाशिवाय स्वज्ञानापर्यंत पोहोचू शकणार नाही. स्वज्ञान प्राप्त करण्यासाठी प्रथम त्याविषयी ज्ञान मिळणं गरजेचं असतं.

आता उरतं 'विज्ञान.' या विज्ञानाशिवायही माणसाचं आयुष्य आनंदाने व्यतीत होऊ शकतं. विजेची निर्मिती कशी होते, ती प्रवाहित कशी होते, अशा बाबी सर्वसामान्य मनुष्याला माहिती असण्याची गरज नसते. कोणतं बटन दाबायचं, इतकंच त्याला माहीत असणं महत्त्वाचं असतं. त्याचप्रमाणे संगणकातील प्रोग्रॅमिंग कसं चालतं, त्याला कोठून सिग्नल्स मिळतात. कोणतं बटन दाबल्यावर किंवा काय डाउनलोड केल्यानंतर कोणती विंडो उघडते, कोणते प्रोग्रॅम परस्परांना सपोर्ट करतात, डिलिट बटन दाबल्यानंतर काय होतं इत्यादी बाबींमागील विज्ञान माहीत नसलं, तरीही मनुष्य संगणक व्यवस्थितरीत्या हाताळू शकतो. एवढंच नव्हे तर त्याचं आयुष्य अगदी उत्तमरीत्या चालू शकतं. त्यासाठी त्याला सविस्तर शास्त्रीय माहिती असण्याची आवश्यकता नसते.

वास्तव जरी हे असलं, तरी त्यामुळे विज्ञानाचं महत्त्व कमी होत नाही. विज्ञानामुळे अनेकांचं काम सोपं होतं. जे जे शास्त्रीय शोध लागतात, त्याची मनुष्याला मदत होते. प्रत्येकाला स्वतः संशोधन करण्याची गरज नसते. त्या संशोधनांबद्दल सविस्तर माहिती न घेताही तो त्या संशोधनांचा लाभ घेऊ शकतो आणि त्यातून आनंद मिळवू शकतो. तो त्या संशोधनांचा उपयोग करतो. विज्ञान मनुष्यासाठी जे करतं, ते अन्य कोणीही करू शकत नाही.

या तिन्हींपैकी केवळ एकाच बाबीची तुम्हाला निवड करायला सांगितली, तरी तुम्ही स्वज्ञानाला बायपास करू शकत नाही.

केवळ माहितीच्या आधारावर सुखसुविधायुक्त जीवन मिळू शकतं. पण तेव्हाही मनुष्याचं मन तेच असेल, जे दुःखच आकर्षित करेल. सर्व काही मिळवल्यानंतरही दुःखी असणारा मनुष्य शरीरहत्येचाच विचार करतो... त्याला आयुष्य नीरस वाटू लागतं... तो लोकांमुळे त्रस्त होतो. कारण त्याला लोकांमध्येच राहावं लागतं ना! स्वज्ञानामुळेच मनुष्य दुःखातून मुक्त होतो.

या तिन्ही बाबी एकत्र येऊन जो त्रिकोण तयार होईल, त्या त्रिकोणाच्या मदतीने तुम्ही सर्वोच्च अभिव्यक्ती करण्यासाठी तयार व्हाल. कारण काही लोकांना शास्त्रीय भाषेतच समजावणं गरजेचं असतं. सत्य समजून घेण्यासाठी आणि त्या सत्याची अभिव्यक्ती करण्यासाठी विज्ञानाची माहिती साहाय्यक ठरते.

मृत्यूनंतरही जीवन आहे, या बाबतीतही आता हळूहळू लोकांचं एकमत होत आहे आणि विज्ञानही याच्याशी सहमत होतंय. परंतु याचा शोध घेण्यात इतकी वर्षं निघून गेली. आता पुरावे मिळू लागले आहेत आणि त्याबाबतच्या ज्ञानात भर पडत आहे. ही माहिती सर्वत्र पसरविण्यामध्ये तंत्रज्ञानाची मदत उपयुक्त ठरते. त्यामुळेच लोकांचं एकमत बनणं सोपं होत आहे. यातूनच विज्ञानाचं महत्त्व लक्षात येतं.

विज्ञान स्वज्ञान समजू शकत नाही. कारण ते बुद्धीच्या चौकटीत बसणारं क्षेत्र नाही. मात्र त्याची अनुभूती निश्चितच घेतली जाऊ शकते. जे लोक ग्रहणशील आहेत त्यांच्यासोबत हे कार्य केलं जाऊ शकतं. शास्त्रीय विचारांनी समृद्ध असलेले लोक स्वज्ञानाची अनुभूती घेऊ शकतात. स्वज्ञानात स्थापित झालेला एखादा मनुष्य तुम्हाला भेटला, तर तुम्ही त्याला मार्गदर्शक बनवा. म्हणजेच तुमच्या पुढील जीवनासाठी सतत त्याच्याकडून मार्गदर्शन घ्या. त्यामुळे तुमचं आयुष्य खूप सहज, सरळ आणि आनंदी बनेल, यात शंकाच नाही.

स्वज्ञानाद्वारे अंतर्दृष्टी प्राप्त होते. त्याद्वारे मनुष्य निसर्गात दडलेल्या

अदृश्य शक्ती जाणू शकतो. ज्या गोष्टी मिळवण्याची त्याची इच्छा असते, त्या सर्व त्याला या शक्तीच्या माध्यमातून मिळवता येऊ शकतात.

अर्थात, स्वज्ञान हे केवळ नैसर्गिक शक्तींपर्यंतच सीमित नाही. ते तर आपल्या पृथ्वीवर येण्याचं उद्दिष्ट प्राप्त करण्यासाठी साहाय्यभूत ठरतं. स्वज्ञानापर्यंत पोहोचण्यापूर्वी या शतकातील थोर शास्त्रज्ञ अल्बर्ट आईन्स्टाईन यांच्या सिद्धान्तांच्या माध्यमातून विज्ञानाचा मागोवा घेऊ या.

दोन

पदार्थविज्ञान आणि गतिशास्त्राचे जनक

ज्या मनुष्याने आयुष्यात कधीही चूक केली नाही,
त्याने नवीन काही करण्याचा प्रयत्नच कधी केला नाही.

काही वर्षांपूर्वी एका नियतकालिकामध्ये एक कार्टून प्रसिद्ध झालं होतं. त्यामधील एक परग्रहावरील व्यक्ती पृथ्वीकडे बोट दाखवून म्हणत होता, 'अरे बघ, हा तोच ग्रह आहे. ज्यावर आईन्स्टाईनचा जन्म झाला होता.'

इतिहासातील सर्वाधिक बुद्धिमान मनुष्याबाबत ज्या ज्या वेळी चर्चा होते, त्या त्या वेळी प्रत्येकाच्या ओठावर अल्बर्ट आईन्स्टाईनचंच नाव पहिल्यांदा येतं. वेगवेगळ्या काळात त्यांना वेगवेगळ्या शब्दांनी संबोधण्यात आलं. शताब्दी पुरुष, सर्वकालीन महान शास्त्रज्ञ, जीनियस अशा अनेक उपाधींनी त्यांना संबोधलं गेलं.

याच आईन्स्टाईनने आपल्या सिद्धान्तांद्वारे आणि शोधांच्या

माध्यमातून विज्ञानाचा चेहरामोहराच बदलून टाकला. त्यांनी विसाव्या शतकातील सुरुवातीची वीस वर्षं विज्ञानजगतावर आपला प्रभाव निर्माण केला. आपल्या संशोधनाद्वारे त्यांनी अंतराळ, गुरुत्वाकर्षण आणि वेळ यांच्यासंबंधी असे काही सिद्धान्त मांडले, की संपूर्ण जगच त्यांच्याकडे आकर्षित झालं. त्यामुळेच त्यांना 'आधुनिक भौतिकशास्त्राचे जनक' असंही म्हटलं जातं. सामान्यातील सामान्य व्यक्तीदेखील मेहनत, धाडस आणि चिकाटी या गुणांच्या आधारे यश मिळवू शकते. शिवाय संपूर्ण विश्वात प्रसिद्ध होऊन तिची असामान्य व्यक्तींच्या श्रेणीत गणना होऊ शकते, नेमकी हीच बाब आईन्स्टाईन यांच्या जीवनातून सिद्ध होते.

सापेक्षता सिद्धान्त (Theory of Relativity) आणि द्रव्यमान ऊर्जा समीकरण (Mass-energy equivalence) E= mc2 करिता अल्बर्ट आईन्स्टाईन जगभर प्रसिद्ध आहेत. 'सैद्धान्तिक भौतिकशास्त्र' (Theoretical physics) आणि प्रकाश विद्युत प्रभाव (photoelectric effect) यांतील संशोधनाकरिता त्यांना इ.स. १९२१ मध्ये जगातील सर्वोच्च मानल्या जाणाऱ्या 'नोबेल' पुरस्काराने सन्मानित करण्यात आलं. त्यांनी ५० पेक्षा अधिक संशोधन पेपर्स आणि विविध विषयांवर वेगवेगळी पुस्तकं लिहिली. इ.स. १९९९ मध्ये जगप्रसिद्ध 'टाइम' या नियतकालिकाद्वारे त्यांना 'शताब्दी पुरुष' ही उपाधी देण्यात आली. त्यांना जर्मनी, इटली, इंग्लंड, अमेरिका, बेल्जिअम, ऑस्ट्रिया आणि स्वित्झर्लंड अशा अनेक देशांचं नागरिकत्व बहाल करण्यात आलं होतं. आईन्स्टाईन यांना स्वतःच्या सिद्धान्तांवर ईश्वरापेक्षाही अधिक विश्वास होता. एखाद्या अशा परमेश्वराविषयी ते कल्पनाही करू शकत नव्हते, जो मानवाला त्याच्या दैनंदिन आयुष्यासाठी मार्गदर्शन करू शकेल. याशिवाय त्याच्या हितार्थ निर्णय घेऊन त्याला त्याच्या हिश्श्याचं सुख-सुविधा देऊ शकेल.

आईन्स्टाईन विलक्षण प्रतिभासंपन्न होते. ते स्वभावाने अंतर्मुख होते. भौतिक आणि अभौतिक अशा दोन्हींही जगात ते निवास करत असतं. त्यांच्या जगात एकीकडे जागतिक स्तरावरचे सर्व शास्त्रज्ञ, तर दुसरीकडे चार्ली चॅप्लीन, गुरुदेव रवींद्रनाथ टागोर, रोमाँ रोलाँ यांसारख्या जगप्रसिद्ध व्यक्ती होत्या. मानवी मेंदू हा एक सुपर कॉम्प्युटर असून, त्यात अफाट कार्य करण्याची आणि ते टिकवण्याचीही क्षमता असते, असं त्यांचं मत होतं. त्यासाठी मेंदूचा योग्य प्रकारे वापर केला गेला पाहिजे. अर्थात, त्यांचं म्हणणं जरी असं असलं तरी ते स्वतःच अत्यंत विसराळू होते. ते नेहमीच महत्त्वाच्या तारखा, लोकांची नावं, टेलिफोन नंबर्स अशा बाबी विसरत.

त्यांची विज्ञानाची आवड सर्वांनाच परिचित होती. त्यांनी लिहून ठेवलंय, 'विज्ञान हे एखादं बंद पुस्तक नाही आणि कधी होणारही नाही.'

प्रत्येक महत्त्वपूर्ण विकास नवनव्या प्रश्नांना जन्म देतो. विकासाचा प्रत्येक टप्पा अखेरीस नव्या आणि अधिक जटिल समस्या निर्माण करतो. चांगली सोबत आणि चांगले विचार मनुष्याच्या प्रगतीचे दरवाजे उघडतात, असं म्हटलं जातं. या दोन्हीही बाबी आपल्या आयुष्यात अत्यंत महत्त्वपूर्ण भूमिका बजावतात. आईन्स्टाईन नेहमीच सांगत, मनुष्य एखादं अगदी साधं काम जरी करत असेल, तरी त्यानं ते काम प्रामाणिकपणाने आणि पूर्ण निष्ठेने केलं पाहिजे. असं घडलं तरच तो मनुष्य बुद्धिवंत म्हणून नावाजला जाईल.

भाग १
प्रारंभिक जीवन

१

अल्बर्टचा परिवार

हरमन आईन्स्टाईन आणि पॉलिन आईन्स्टाईन हे यहुदी दांपत्य जर्मनीतील बावरिया या राज्यात वास्तव्य करत होतं. आपल्या शालेय जीवनात हरमनने 'गणित' या विषयात प्रावीण्य मिळवलं होतं. परंतु कौटुंबिक परिस्थिती हालाखीची असल्यामुळे पुढील महाविद्यालयीन शिक्षण त्यांना घेता आलं नाही. पुढे ते कौटुंबिक व्यवसाय वृद्धिंगत करण्यात गुंतले. शास्त्रज्ञ थॉमस अल्वा एडिसन यांनी शोध लावलेल्या स्थिर विद्युत प्रवाहावर (Direct Currentda) आधारित उपकरणं बनवून ते विक्री करण्याचा त्यांचा व्यवसाय होता.

पॉलिन ही रेखीव चेहऱ्याची एक सुंदर स्त्री होती, तिला संगीतात अत्यंत रुची होती. जर्मन साहित्यावरदेखील तिचं प्रभुत्व होतं. तिचा आणि हरमनचा धर्माधिष्ठित अंधविश्वास आणि पाखंड यांवर अजिबात विश्वास नव्हता, तर हरमन निसर्गप्रेमी होता. त्यांना दऱ्याखोऱ्यांमधून, डोंगर-घाटांमधून फिरणं खूप आवडत असे. पॉलिनसोबत नेहमीच ते अशा

ठिकाणी भटकंती करत असत.

पॉलिन आणि हरमन यांचं वैवाहिक आयुष्य अत्यंत सुखासमाधानानं व्यतीत होत होतं अन् काही महिन्यातच त्यांचा आनंद द्विगुणित झाला. कारण पॉलिन आई बनणार होती. या येणाऱ्या छोट्या पाहुण्यासाठी त्यांनी खूप स्वप्नं बघितली होती. त्यावेळी त्यांचं कुटुंब बावरिया राज्यामध्ये डेन्यूब नदीकिनारी उल्म नावाच्या शहरामध्ये राहत होतं. तिथेच जॉर्जियाई कॅलेंडरनुसार शुक्रवार, दिनांक १४ मार्च, १८७९ रोजी सकाळी ११.३० वाजता पॉलिनने एका मुलाला जन्म दिला. पुत्रजन्माची वार्ता कळताच हरमन आपल्या पत्नीला भेटण्यासाठी गेला. पण बाळाला पाहताच त्यांना धक्का बसला. कारण ते बाळ अत्यंत बेढब होतं. शरीर एकदम सडपातळ, हात-पाय अत्यंत लहान, डोकं खूप मोठं आणि बेढब- असं ते बाळ होतं. आपल्या प्रथम पुत्राबाबत त्याच्यात जो उत्साह, जी उमेद होती, ती त्या बाळाला पाहताच ओसरली. हा नवजात शिशू जन्मल्यानंतर रडलाही नाही. त्यामुळे हा मोठा अपशकुन आहे, असं पॉलिन हरमनला म्हणाली.

'काळानुसार सगळं काही ठीक होईल आणि बाळाचं बेढब डोकंही सुडौल बनेल' अशा शब्दांमध्ये डॉक्टरांनी पॉलिन आणि हरमन यांना आश्वस्त केलं. पण डॉक्टरांचे दिलासा देणारे हे शब्दही त्यांच्यामध्ये उत्साह निर्माण करू शकले नाहीत. 'मुलगा झाला' केवळ इतकंच समाधान त्यांना होतं. परंतु ईश्वराच्या लीलेविषयी ते दोघेही अनभिज्ञ होते. हेच बेढब बाळ पुढे 'जगप्रसिद्ध शास्त्रज्ञ अल्बर्ट आईन्स्टाईन' या नावाने ओळखलं जाणार आहे, याची त्यांना यत्किंचितही कल्पना नव्हती.

कोणताही समारंभ आयोजित न करता अगदी साधेपणानं बाळाचा नामकरण विधी करण्यात आला आणि त्याचं 'अल्बर्ट' हे नाव ठेवण्यात आलं. अल्बर्टच्या जन्मानंतर अवघ्या वर्षभरामध्येच त्याच्या वडिलांना व्यवसायामध्ये खूप मोठं नुकसान सहन करावं लागलं. त्याचाच परिणाम म्हणून त्यांनी उल्ममधून म्युनिच या शहरात स्थलांतर केलं. म्युनिच

हे जर्मनीतील तिसऱ्या क्रमांकाचं मोठं शहर होतं. तसंच ते बावरिया या राज्याच्या राजधानीचंही शहर होतं. ते उद्योग-व्यवसायाचं एक महत्त्वपूर्ण केंद्र होतं. या शहरात दूरदूरचे व्यापारी येऊन व्यापाराचा एक हिस्सा बनत. गगनचुंबी इमारती, प्रशस्त कॅथॉलिक चर्च आणि शहरातील झगमगाट सर्वांनाच आकर्षित करत असे.

नवं शहर, नवे लोक, नवं वातावरण अशा परिस्थितीत एका नव्या विचारानं नव्यानं आयुष्य सुरू करणं, हे खरंतर एक कठीणच कार्य होतं. परंतु हरमन अत्यंत सकारात्मक आणि सद्गुणी होते. त्यांनी म्युनिचमध्ये एक छोटंसं घर भाड्याने घेतलं आणि आपल्या कुटुंबासह ते तिथेच राहू लागले.

म्युनिचमध्ये स्थिरस्थावर झाल्यावर त्यांनी जेकब या आपल्या भावासह नवा व्यवसाय सुरू केला. त्यांनी विद्युत उपकरणे बनविणारी 'इलेक्ट्रोटेक्निकी फॅब्रिक जे. आईन्स्टाईन अँड कंपनी' या नावाची कंपनी सुरू केली. म्युनिचमध्ये आयोजित केल्या जाणाऱ्या 'ऑक्टोबरफेस्ट' या मेळाव्यासाठी सर्वप्रथम या कंपनीने वीज पुरवली.

या दरम्यान, हरमनच्या घरात पुन्हा एकदा सौख्याचं आगमन झालं आणि नोव्हेंबर १८८१ मध्ये त्यांच्या घरी एका कन्यारत्नानं जन्म घेतला. तिचं नाव 'माजा' असं ठेवलं गेलं. अल्बर्टला सोबत मिळाल्यामुळे हरमन खूश झाले. अल्बर्टच्या तुलनेत माजा योग्यप्रकारे वाढत होती. हळूहळू अल्बर्ट तिच्यासोबत खेळू लागला. बोबड्या शब्दांमध्ये तिच्याशी बोलू लागला. आपला मुलगा ठीक होऊ लागल्याचं बघून हरमन अणि पॉलिनही आनंदित झाले.

एके दिवशी हा लहानगा अल्बर्ट आजारी पडला. दिवसभर अंथरुणातच झोपून तो कंटाळला होता. त्याची करमणूक व्हावी, यासाठी हरमननं एक कंपास म्हणजेच दिशादर्शक यंत्र खरेदी केलं आणि त्याला दिलं. सुस्तावलेला अल्बर्ट कंपास पाहून चांगलाच सुखावला. अल्बर्टने

तो कंपास निरखून पाहिला. त्या कंपासची सुई नेहमी एकाच दिशेला राहत असे. त्यामुळे अल्बर्टची उत्सुकता ताणली गेली. असंच का घडतं, हा प्रश्न त्यांना सतावू लागला. ते सतत त्या कंपासला वेगवेगळ्या पद्धतीने फिरवून त्याचं बारकाईनं निरीक्षण करत. निसर्गात अशी एखादी अदृश्य शक्ती आहे, जिच्या दिशेने या कंपासचं टोक वळतं, असा विश्वास त्यांच्यात हळूहळू निर्माण होऊ लागला. नंतरच्या काळामध्ये या अदृश्य शक्तीचा शोध घेणं, हेच त्यांचं कार्यक्षेत्र बनलं.

पॉलिनला संगीत खूप आवडत असे. त्यामुळे तिनं अल्बर्टला व्हायोलिनसदृश एक वाद्ययंत्र आणून दिलं. ते मिळाल्यानंतर तर अल्बर्ट अधिकच खूश झाला. गळ्यात कंपास अडकवून हातात व्हायोलिन घेऊन खेळण्याचा जणू त्याला छंदच जडला.

अल्बर्ट आईन्स्टाईन

२

शालेय शिक्षणाची सुरुवात

वयाच्या पाचव्या वर्षी अल्बर्टला कॅथॉलिक शाळेमध्ये घातलं. त्या काळी अशा शाळांना 'जिम्नॅशिअम' असं म्हटलं जात. १० वर्षांमध्ये हे शालेय शिक्षण पूर्ण होत असे. शाळेत असताना अल्बर्ट नेहमीच अन्य विद्यार्थ्यांपेक्षा वेगळा विचार करत. त्यासोबतच ते कल्पनेच्या दुनियेत रममाण होऊन दूर अंतराळात पोहोचत आणि तेथील घडामोडींबाबत विचार करत. छोट्या-छोट्या कविता त्यांना खूप आवडत. या कविता ते आपल्या खोलीमध्ये सतत गुणगुणत असतं.

कॅथॉलिक शाळेत शिकण्यामुळे त्यांच्या मुलाच्या धार्मिक भावनांवर दुष्परिणाम होतील, असं अल्बर्टच्या आई-वडिलांना कधीच वाटलं नाही. तथापि, हळूहळू अल्बर्टला जाणवू लागलं, की ते स्वतः एका यहुदी, ज्यू परिवारातील असूनही एका कॅथॉलिक शाळेमध्ये शिक्षण घेत आहेत. अल्बर्टच्या वर्गात एकूण ७० मुलं होती आणि त्यांपैकी अल्बर्ट एकमेव यहुदी होता.

एकदा वर्गात शिक्षक येशू ख्रिस्तांबाबत विद्यार्थ्यांना माहिती देत होते. त्यांना कशा प्रकारे सुळावर चढवण्यात आलं, हे सांगत असताना अचानक त्यांच्या लक्षात आलं, की त्यांच्या वर्गात अल्बर्ट हा यहुदी विद्यार्थी आहे. त्यामुळे लगेचच त्यांनी विषयांतर केलं. मात्र त्यावेळी येशू ख्रिस्ताला सुळावर चढवणारे लोकही यहुदी होते, हे त्यांनी विद्यार्थ्यांना सांगितलं नाही. या घटनेनंतर काही काळ वर्गातलं वातावरणही गंभीर बनलं.

म्युनिचमध्ये येऊन स्थिरस्थावर झाल्यानंतर अल्बर्टला शाळेसारख्या ठिकाणांचा तिरस्कार वाटू लागला. शाळा ही त्यांना एखाद्या सैनिकी छावणीसारखी वाटत असे. तिथे कोणालाही आपल्या आवडीचं काम करता येत नसल्याने विचारस्वातंत्र्य प्रत्येकाला असलंच पाहिजे, असं त्यांना वाटत असे. वर्गात शिक्षक शिकवत असलेल्या बाबींमध्येही ते सहजासहजी सहमत होत नसत. शिक्षक तर तेच सांगतात, जे पुस्तकांमध्ये अगोदरच लिहिलेलं असतं. पण अल्बर्टचं म्हणणं होतं, **एखादा विचार मनुष्याने तो ग्राह्य आहे असं समजल्यानंतरच मानायला हवा.**

मानसिक अपंगत्व

अल्बर्टने पुढील पाच वर्षं कॅथॉलिक शाळेमधूनच शिक्षण घेतलं. अन्य मुलांच्या तुलनेत ते खूप उशिरा बोलायला शिकले होते. जवळपास नऊ वर्षांचे होईपर्यंत त्यांना योग्य रीतीने शब्द उच्चारता येत नसत. या उणिवेमुळे पॉलिन आणि हरमनला खूप काळजी वाटत असे. इतर मुलांच्या तुलनेत आपला मुलगा असामान्य आहे, असंच त्यांना नेहमी वाटत असे. पण डॉक्टरांच्या तपासणीत अल्बर्ट 'डिसलेक्सिया' या रोगानं पीडित आहेत असं आढळलं. मंदबुद्धीमुळे प्रवाहीपणाने शब्दांचा योग्य वापर करणं त्यांना शक्य होत नसे अन् त्यामुळेच ते खूप उशिरा बोलायला शिकले. या आजारामुळे नवे शब्द शिकणं, वाचणं त्यांना खूप अवघड जात असे. त्यामुळेच त्यांची स्मरणशक्तीही कमकुवत बनली होती. ते आपले बूटही

नीट घालू शकत नसत, असंही सांगण्यात येतं. एवढंच काय, पण आपल्या घराचा पत्ता लक्षात ठेवणंही त्यांना अवघड जात असे. तथापि, या शारीरिक उणिवेला त्यांनी कधीच स्वतःवर मात करू दिली नाही.

अल्बर्ट जेव्हा १० वर्षांचे झाले, तेव्हा त्यांच्या वडिलांना म्युनिचमधला व्यवसाय गुंडाळून इटलीच्या 'मिलान' शहरात वास्तव्यासाठी जावं लागलं. अल्बर्ट आपलं शिक्षण मध्येच सोडू शकत नसल्याने त्यांना म्युनिचमध्येच थांबावं लागलं. कुटुंबापासून दुरावल्यामुळे ते अतिशय दुःखी झाले. परंतु हळूहळू त्यांनी स्वतःला सावरलं.

३

यशाचा मंत्र

शारीरिक उणिवेमुळे अल्बर्ट शाळेमध्ये बुद्धू समजले जात. त्यांना स्वतःच्या वयोगटातील मुलांसोबत खेळायला अजिबात आवडत नसे. शिवाय शाळेतील शिस्तप्रिय वातावरणाची घृणाही वाटत असे. मात्र त्यांच्यात एक विशेष बाब अशी होती ती म्हणजे घर असो वा शाळा, अधिकाधिक प्रश्न विचारण्यात ते नेहमीच अग्रेसर राहत. त्यांच्या जिज्ञासेला सीमाच नव्हती. 'कुतूहल' ही बाब त्यांना आयुष्यात पुढे जाण्यासाठी सदैव प्रेरणा देत राहिली. कधी-कधी तर ते समोरच्याला प्रश्न विचारून भंडावून टाकतं. मग समोरचा अत्यंत त्रस्त होऊन त्यांच्यापासून स्वतःची सुटका करण्याचा प्रयत्न करत असे. अल्बर्टच्या याच वृत्तीमुळे आठवड्यातून किमान दोन-तीन वेळा त्यांना वर्गात किंवा वर्गाबाहेर उभं राहण्याची शिक्षा दिली जात असे. परंतु शिक्षा मिळूनही त्यांच्या वागण्यात काही बदल झाला नाही. उलट त्यांच्या प्रश्न विचारण्याच्या क्षमतेचा आणि तार्किक क्षमतांचा अधिक विकास होत गेला. त्यांचं लक्ष नेहमी त्यांना जे हवंय त्या बाबींवरच असे. लोकांच्या नकारात्मक बोलण्याकडे ते जराही लक्ष देत नसत.

शाळेतील शिक्षकही त्यांना प्रोत्साहित करण्याऐवजी अत्यंत वाईट वागणूक देऊन त्यांच्यापासून स्वतःची सुटका करून घेत. इतर शिक्षकही अन्य विद्यार्थ्यांच्या तुलनेत त्यांच्याकडे व्यवस्थित लक्ष देत नसत. अल्बर्ट आपल्या आयुष्यात काहीही करू शकणार नाही, त्याची प्रगती होऊच शकत नाही, असं सगळ्याच शिक्षकांचं मत होतं. अल्बर्टने शाळा सोडून निघून जावं, अशीच सर्वांची इच्छा होती.

अल्बर्टचे सगळेच शिक्षक त्यांच्याबाबत नकारात्मक विचार करत. परंतु अल्बर्ट यांनी त्या नकारात्मकतेचा स्वतःवर कधीही परिणाम होऊ दिला नाही.

निसर्गनियमानुसार, **"एका मनुष्यावर इतरांच्या विचारांचा परिणाम तोपर्यंत होत नाही जोपर्यंत तो स्वतः होऊ देत नाही."** जी व्यक्ती या निसर्गनियमावर विश्वास ठेवते, ती नकारात्मक लोकांमध्ये वावरत असतानाही त्रस्त होत नाही. अल्बर्टदेखील आपल्या शिक्षकांच्या अशा निराशाजनक बोलण्यानंतरही कधी निराश झाले नाहीत किंवा विचलितही झाले नाहीत.

एके दिवशी शाळेच्या मुख्याध्यापकांनी त्यांना बोलावून सांगितलं, *"अल्बर्ट, येथील वातावरण तुझ्यासाठी पोषक नाही. तुला एका मोठ्या सुट्टीची आवश्यकता आहे. त्यामुळे उद्यापासून तू शाळेत येऊ नकोस आणि तुझी तब्येत चांगली झाल्यावर दुसऱ्या एखाद्या शाळेत प्रवेश घे."*

हे ऐकल्यानंतर त्यांनी मुख्याध्यापकांना केवळ एकच प्रश्न विचारला, "सर, मी माझ्या बुद्धीचा विकास कसा करू शकतो?" त्यावर मुख्याध्यापक उत्तरले, *"अल्बर्ट, सातत्यानं अभ्यास करणं हीच यशाची गुरुकिल्ली आहे. तू जितका जास्त अभ्यास करशील, तितका अधिक पुढे जाशील."*

मग काय! अल्बर्टने यशाचा हा मंत्र पक्का लक्षात ठेवला आणि याच अभ्यासाच्या बळावर आयुष्यात पुढे जाण्याचा निश्चय केला. अशा प्रकारे आपल्या निश्चयानुसार सातत्याने अभ्यास केल्याने विज्ञान विश्वात त्यांचं

नाव सुवर्णाक्षरांनी कोरलं गेलं. आयुष्याच्या शेवटच्या क्षणापर्यंत त्यांनी सातत्याने संशोधनकार्य सुरू ठेवलं. सातत्याचा गुण त्यांच्यामध्ये परिपूर्ण भरलेला होता.

कोणतंही काम सातत्यानं करणं लोकांना खूप कठीण जातं, हे आपण नेहमीच बघतो. सुरुवातीला आरंभशूर बनून अगदी जोमात काम सुरू केलं जातं खरं, पण हळूहळू त्यांचा तो उत्साह लयाला जातो. 'यामुळे काहीच फायदा होणार नाही' असा विचार करून लोक ते काम अर्धवट सोडून देतात. परंतु अल्बर्ट आईन्स्टाईन यांनी आपलं प्रत्येक संशोधन पूर्ण केलं. खरंतर मनुष्याच्या मनाची प्रोग्रॅमिंग इतकी सखोल झालेली असते, की त्याला सातत्याचा गुण अंगी बाणवणं अशक्य वाटतं. अल्बर्ट आईन्स्टाईन यांच्यात बालपणापासूनच निरंतरतेचा गुण विकसित झाला होता. 'सातत्य' ही यशाची किल्ली आहे, हे तुम्हाला माहीत आहे का? **निरंतरता हीच यशाची किल्ली आहे.** हा सातत्याचा नियम आहे. या नियमानुसार–

- दररोज किंवा आठवड्यातून किमान तीन दिवस व्यायाम करणारी व्यक्ती आरोग्यसंपन्न बनते.
- दररोज मनन करणारी व्यक्ती आयुष्यातील सर्व रहस्यं जाणते.
- दररोज कष्ट करणारा मनुष्य अमाप संपत्ती मिळवतो.
- दररोज थोडासा अभ्यास करणारा विद्यार्थी जगात कीर्ती प्रस्थापित करतो.

अल्बर्ट आईन्स्टाईन यांनी लोकांच्या नकारात्मक बोलण्याकडे कधीच लक्ष दिलं नाही. त्यांनी नेहमीच आपल्या ध्येयावर लक्ष केंद्रित केलं आणि ते प्राप्त करण्यासाठी आयुष्यभर निरंतरतेनं प्रयत्न केले.

'बाळाचे पाय पाळण्यात दिसतात' असं म्हटलं जातं. पण अतिशय मोजके लोक असे असतात, ज्यांचे पाय पाळण्यात दिसत नाहीत. एखाद्या न्यूनत्वाने ग्रस्त असूनही ते आपल्या कुतूहलाच्या आणि जिज्ञासेच्या बळावर जागतिक स्तरावरील प्रथितयश व्यक्ती बनतात. अल्बर्टच्या जिज्ञासू वृत्तीनेच त्यांना एक थोर शास्त्रज्ञ बनवलं.

४

अल्बर्टच्या आवडत्या गोष्टी

बालपणापासूनच अल्बर्ट शांत आणि लाजाळू स्वभावाचे होते. घराबाहेर पडून शेजारच्या मुलांशी खेळणं त्यांना आवडत नसे. त्यांना मित्र खूप कमी होते. तथापि बालपणापासूनच त्यांच्यात व्हायोलिन-वादनाची आवड निर्माण झाली होती. सुरुवातीचं शिक्षण घेत असतानाच ते व्हायोलिन वाजवायला शिकले होते. त्यांच्या आईने त्यांना ते शिकवलं होतं. पॉलिन स्वतःदेखील उत्तमरीत्या व्हायोलिन वाजवत असे. ती अल्बर्टकडूनही नियमितपणे त्याचा सराव करवून घेत असे. परिणामी घरातील संपूर्ण वातावरणच संगीतमय होऊन जाई. आपल्या मुलांना संगीतात आवड निर्माण व्हावी, असं पॉलिनला वाटत असे. अन्य शैक्षणिक विषयांप्रमाणेच संगीतदेखील आयुष्याचं महत्त्वपूर्ण अंग आहे यावर तिचा विश्वास होता. या संगीताद्वारे आयुष्यात शांतता आणि नावीन्य निर्माण होतं, असं तिला वाटत असे. अल्बर्ट जेव्हा-जेव्हा संगीताचा सराव करत असे, तेव्हा-तेव्हा पॉलिन खूप खूश होत असे. हळूहळू संगीतदेखील अल्बर्टच्या

आयुष्याचा एक भाग बनलं. थोडा मोठा झाल्यानंतर बायबलमधील एक बुद्धिमंत चरित्र- सोलोमनचा (Solomon) अल्बर्टवर चांगलाच प्रभाव पडला. ख्रिश्चन आणि ज्यू लोकांच्या दृष्टीने बायबल हा अत्यंत पवित्र ग्रंथ असल्याने ते वाचताना अल्बर्टला खूप आनंद मिळू लागला. बायबलमधील त्याचा रस वाढत गेला. त्यांनी सोलोमनच्या रचनांचं वाचन सुरू केलं आणि त्या रचनांना संगीतबद्धही केलं.

खेळांमध्ये ते अजिबात भाग घेत नसत. शिवाय ते अभ्यासात फारसे चांगले जरी नसले तरीही परीक्षांमध्ये नेहमीच चांगल्या मार्कांनी उत्तीर्ण होत. म्युनिचमध्ये वास्तव्यास आल्यानंतर ते रस्त्यांवर सैनिकांची परेड बघत असत. परेडमधील सैनिकांना पाहिल्यानंतर त्यांना रडू कोसळे आणि त्या सैनिकांची दयाही येई. त्यांना बघून ते वडिलांना म्हणत, ''मोठा झाल्यानंतर मी कधीच सैनिक बनणार नाही. त्यांच्याबाबत मला दया येते. असं वाटतं, की ते कधीच स्वतंत्रपणे जगू शकणार नाहीत. ते सर्वजण एखाद्या मशिनसारखे यांत्रिकपणाने काम करत असतात.''

अल्बर्ट यांनी कधीच पायमोजे घातले नाहीत. पायाच्या अंगठ्यांमुळे पायमोजे फाटत असल्याने त्यांनी ते घालणंच सोडून दिलं. आयुष्यभर त्यांनी बिना पायमोज्यांचेच बूट वापरले. मोठं झाल्यानंतरही ते जेव्हा काही प्रसिद्ध लोकांना भेटण्यासाठी जात, तेव्हाही ते पायमोजे वापरत नसत. आपल्या आयुष्यातील प्रत्येक लहान-मोठ्या बाबीची निवड ते स्वतः करत आणि स्वतःच्या मतानुसार ती अमलात आणत.

५

अल्बर्टचा मित्र - मॅक्स टेलमूड

एकदा अल्बर्टच्या एका वर्गमित्रानं गणित विषयाच्या अभ्यासामुळे तो चिंतित असल्याचं त्याला पत्र लिहून कळवलं. अल्बर्टने लगेचच त्यासंबंधी काही चित्रं काढून त्याला पाठवून दिली. त्यासोबत एक पत्रही लिहिलं. या पत्रात अल्बर्टने लिहिलं होतं, ''मित्रा, गणितातील अडचणींबाबत विचार करून स्वतःला त्रास करून घेऊ नकोस. मी तुला अत्यंत खात्रीनं सांगतो, की माझ्यासमोरच्या अडचणी तुझ्या अडचणींपेक्षा कित्येक पटीनं जास्त आहेत.''

यहुदी असल्यामुळे अल्बर्टला शाळेत असताना कित्येक वेळा त्रास सहन करावा लागला. शाळेतून येता-जाता अनेक ख्रिश्चन मुलं त्यांना त्रास देत असत, चिडवत असत. अल्बर्टची अशा रीतीने टिंगल उडवणारी मुलं बदमाश होती. तसंही, त्या काळात जर्मनीमध्ये ख्रिश्चनांचंच वर्चस्व होतं. त्यामुळे यहुदी लोकांना वारंवार अनेक प्रकारच्या त्रासाला सामोरं जावं लागत असे. मुलांच्या त्रासामुळे अल्बर्ट एकटाच राहू लागला. या

एकाकीपणाच्या भावनेने त्याच्या मनावर खूप परिणाम घडवून आणला. याच काळात मॅक्स टॅलमूड नावाचा एक मित्र अल्बर्टच्या आयुष्यात आला. या मित्राने अल्बर्टच्या आयुष्यात अत्यंत महत्त्वाची भूमिका बजावली. मॅक्सदेखील यहुदी होता. त्या दोघांची मैत्री अधिकाधिक घट्ट होत गेली. अल्बर्टच्या यशामधील मॅक्सच्या योगदानाकडे कधीच दुर्लक्ष केलं जाऊ शकत नाही, असं म्हटलं जातं.

त्या काळात यहुदी लोक आठवड्यातून एकदा एखाद्या गरिबाला आपल्या घरी जेवणासाठी बोलावत. सतत सहा वर्षं हे कार्य करावं लागत असे. अनेक यहुदी कुटुंबं ही प्रथा पाळत असत. अल्बर्टचं कुटुंबदेखील ही प्रथा पाळत असे. प्रत्येक गुरुवारी पाहुणा म्हणून अल्बर्टच्या घरी मॅक्सला बोलावलं जाई. मॅक्स वैद्यकशास्त्राचा विद्यार्थी होता. तो अल्बर्टपेक्षा वयाने बराच मोठा होता. तो नेहमीच अल्बर्टला विज्ञानावरील विविध पुस्तकं आणून देत असे. ही पुस्तकं पाहताच अल्बर्ट अत्यंत खूश होत असे. मॅक्सने अल्बर्टला आरॉन बर्नस्टाईन यांच्यासारख्या विद्वानाचीही काही पुस्तकं दिली होती. अल्बर्टला पुस्तक वाचनाची अत्यंत आवड होती. मॅक्सकडून मिळालेल्या पुस्तकांनी त्याला सतत उत्साहित करून प्रेरणाही दिली.

हळूहळू मॅक्स आणि अल्बर्ट यांच्यातील मैत्री वृद्धिंगत होत गेली. मॅक्सने दिलेली पुस्तकं केवळ वाचून अल्बर्ट थांबत नव्हता, तर त्या विषयावरील अनेक प्रश्न तो विचारत राही. त्या दोघांमध्ये प्रश्नोत्तरं होत, तर्क-वितर्क लढवले जात, अनेक विषयांवर चर्चा होत असे. या सर्व बाबींचा सर्वांत मोठा फायदा असा झाला, की अल्बर्टचा मेंदू सातत्यानं विकसित होत गेला.

एकदा अल्बर्टने मॅक्सला विचारलं, ''मॅक्स, दर्शनशास्त्र म्हणजे काय रे? ब्रह्मांड काय असतं?''

त्यावर मॅक्स उत्तरला, ''अल्बर्ट, ज्यात प्रकृती, आत्मा, परमात्मा

आणि जीवनाचं अंतिम लक्ष्य यांविषयी निरूपण असतं, ते दर्शनशास्त्र! आपल्या दैनंदिन आयुष्यात ज्या बाबी घडतात, त्या या ना त्या प्रकारे ब्रह्मांडाशी संबंधित असतात. तू रात्री आकाशात पाहिलंस, तर दूर-दूरपर्यंत तुला चांदण्या दिसतील. वास्तविक आकाश तर ब्रह्मांडाचं एक छोटंसं रूप आहे. संपूर्ण ब्रह्मांड आपल्याला दिसूच शकत नाही. कारण ते इतकं महाकाय आहे, की आपली नजर तिथवर पोहोचू शकत नाही. ज्याप्रमाणे ब्रह्मांडाची एखादी निश्चित सीमा नाही, त्याप्रमाणेच वेळदेखील कोणासाठीही एकसारखी नसते. एक वेगाने जाणारी वस्तू तिच्या गतीच्या दिशेने चाललेल्या एखाद्या हळू जाणाऱ्या वस्तूच्या तुलनेत थोडी लहान दिसते. अर्थात हा परिणाम अत्यंत सूक्ष्म प्रकारचा असतो. तथापि जोवर ही वस्तू प्रकाशाच्या गतीपर्यंत पोहोचत नाही, तोवर ही घटना दिसत नाही.''

हळूहळू अल्बर्टच्या मनात ब्रह्मांडाविषयी शेकडो प्रश्न निर्माण होत गेले. अवकाशाचे रहस्य, ब्रह्मांडाची संरचना तसंच डार्विन आणि न्यूटनचे सिद्धान्त यांविषयी त्या दोघांमध्ये चर्चा होत असे. मॅक्सदेखील अत्यंत मनःपूर्वक अल्बर्टला मार्गदर्शन करत असे. त्याच्याच मदतीने अल्बर्टने विविध यांत्रिक उपकरणं आणि विभिन्न मॉडेल यांचीही निर्मिती केली आणि आपली प्रतिभा दाखवायला सुरुवात केली.

कालांतराने अल्बर्टच्या बालपणातील ही सगळी माहिती मॅक्सने येशिवा विद्यापीठाद्वारे प्रकाशित झालेल्या 'स्क्रीप्टा मॅथॅमॅटिका' या त्रैमासिकातून प्रसिद्ध केली. गणिताबाबतचं हे त्या काळातील एकमेव नियतकालिक होतं. त्याचं संपादन करण्याचं काम अनेक तज्ज्ञ एकत्रित येऊन करत असत. या नियतकालिकाची वार्षिक किंमत तीन डॉलर एवढी होती. एवढंच नव्हे, तर अल्बर्टचा सापेक्षतावादाचा सिद्धान्त प्रसिद्ध करण्यामध्येही मॅक्सने अत्यंत महत्त्वपूर्ण अशी भूमिका वठवली.

अल्बर्ट आईन्स्टाईन

भाग २

युवावस्थेत पदार्पण

६

आराउचे कँटोनल स्कूल

अल्बर्टने आता युवावस्थेत पदार्पण केलं. अल्बर्टने इलेक्ट्रिकल इंजिनिअर बनावं असं त्यांच्या वडिलांचं स्वप्न होतं. अल्बर्टदेखील नेहमी विविध यांत्रिक उपकरणं बनविण्यात आणि त्यासंबंधीच्या विषयांवर संशोधन करण्यातच मग्न असत. परंतु आपल्या भावी आयुष्याविषयी त्यांनी काही वेगळाच विचार केला होता.

डिसेंबर १८९४ मध्ये पुन्हा एकदा त्यांच्या कुटुंबाला स्थानांतरित व्हावं लागलं. ते इटलीतील पाविया या शहरात वास्तव्यासाठी गेले. तिथे गेल्यानंतर पुन्हा एकदा नव्या दमाने त्यांनी आयुष्याला सुरुवात केली. तेथे त्यांनी एका छोट्या कारखान्याची निर्मिती केली. त्यात विजेची मोटार आणि आणखी काही उपकरणं बनवण्यास सुरुवात केली. अल्बर्टही आपलं शिक्षण पूर्ण करून कुटुंबासमवेत राहायला आले. या दरम्यान त्यांनी स्वतः चे रचनात्मक विचार डायरीमध्ये उतरवायला सुरुवात केली होती. त्यांनी वयाच्या केवळ पंधराव्या वर्षी एक शोधनिबंध लिहून त्यावर संशोधनही

केलं, तेव्हा त्यांच्या जन्मजात बुद्धिमत्तेचं प्रत्यंतर आलं. तो विषय होता- 'On the Investigation of the State of the Ether in a Magnetic Field.' चुंबकीय क्षेत्रातील इथरच्या स्थितीचे संशोधन. या कार्यामुळे त्यांना सन्मानित करण्यात आलं आणि त्यांची खूप प्रशंसादेखील झाली.

१८९५मध्ये अल्बर्टने ज्यूरिकच्या (Zurich) स्विस फेडरल इन्स्टिटयूट ऑफ टेक्नॉलॉजीमध्ये प्रवेश घेण्यासाठी परीक्षा दिली. परीक्षेत त्यांना गणितात आणि भौतिकशास्त्रात उत्तम गुण मिळाले. परंतु अन्य विषयातील गुण कमी असल्याने त्यांना प्रवेश मिळू शकला नाही. त्याच संस्थेतील प्राध्यापक एलबिन हेरजोग यांच्या सल्ल्यावरून अल्बर्टने आराउच्या आरगाउ कँटोनल स्कूलमध्ये प्रवेश घेतला. तेथील एक प्राध्यापक योस्ट विंटेलर यांच्या कुटुंबासोबत अल्बर्ट राहत होते. त्या प्राध्यापकांचीही मुलं अल्बर्टच्याच वयाची होती. त्यांच्यासोबत राहताना अल्बर्टला आपलेपणाचा अनुभव येत होता. सर्व मुलं एकत्र खेळत, अभ्यास करत आणि डोंगरावर दूरवर फिरण्यासाठी जात असत.

आराउच्या शाळेतील वातावरण अत्यंत खेळीमेळीचं होतं. तिथे प्रत्येक विद्यार्थ्याकडे जातीने लक्ष दिलं जाई. कोणतेही प्रश्न विचारण्याचा आणि स्वतःचे विचार प्रकट करण्याचा प्रत्येक विद्यार्थ्याला अधिकार होता. शिकवलेल्या धड्याच्या अनुषंगाने स्वतःचे विचार व्यक्त करण्यासाठी प्रत्येकाला प्रेरित केलं जात असे. शाळेत विद्यार्थ्यांच्या विचारांचा आदर केला जावा, असं अल्बर्टला सुरुवातीपासूनच वाटत असे. या शाळेत त्यांना विद्यार्थ्यांच्या हिताचं वातावरण लाभलं. शाळेतील सर्वच शिक्षक अल्बर्टना आवडत. कारण ते कोणत्याही प्रकारचा दिखाऊपणा करत नसत आणि भीतीचं वातावरणही निर्माण करत नसत. या शाळेतील विद्यार्थ्यांना मिळणारं स्वातंत्र्य अल्बर्टना खूपच भावलं. नंतरचं एक वर्षदेखील त्यांनी याच शाळेत शिक्षण घेतलं. या शाळेत अल्बर्टने पदार्थ आणि गतीच्या भौतिकशास्त्रात सर्वोच्च गुण मिळवले.

७

ज्युरिकची पॉलिटेक्निक इन्स्टिट्यूट

आई-वडिलांचं स्वप्न पूर्ण करण्यासाठी अल्बर्टला आपलं शिक्षण सुरूच ठेवावं लागणार होतं. तत्त्वज्ञानाचं चिंतन सोडून इलेक्ट्रिकल इंजिनिअर बनण्याच्या दृष्टिकोनातून प्रयत्न करण्याबाबत त्यांना अत्यंत परखडपणाने वडिलांनी सांगितलं. त्यामुळे जर्मनीमध्ये परतणं त्यांना शक्य नव्हतं. परिणामी आराउ शाळेतील शिक्षण पूर्ण करून त्यांनी सन १८९६मध्ये ज्यूरिकच्या फेडरल पॉलिटेक्निक इन्स्टिट्यूटमध्ये प्रवेश घेतला. या वेळी त्यांना प्रवेशात कोणत्याही अडचणी आल्या नाहीत. इथे त्यांना पुढील चार वर्षं शिक्षण घ्यायचं होतं.

त्या काळी ही संस्था म्हणजे प्रामुख्याने टीचर्स ट्रेनिंग आणि तांत्रिक विषयांचं कॉलेज होतं. अल्बर्टने भौतिक आणि गणिताच्या प्राध्यापकाचं प्रशिक्षण देणाऱ्या वर्गात प्रवेश घेतला. ज्यूरिकचं वातावरण म्युनिकपेक्षा पूर्णतः भिन्न होतं. ज्यूरिकची गणना युरोपमधील मोठ्या शहरांमध्ये केली जात असे. आजदेखील या पॉलिटेक्निक इन्स्टिट्यूटला जगातील एक

उत्तम संस्था असं नावाजलं जातं. आजतागायत या संस्थेतील तब्बल २१ विद्यार्थ्यांना नोबेल पुरस्काराने सन्मानित करण्यात आलंय– ज्यामध्ये अल्बर्ट आईन्स्टाईन आणि निल्स बोहर यांचाही समावेश आहे.

या संस्थेत विदेशातून आलेल्या मुलांचं आधिक्य होतं. येथे अल्बर्टची भेट मार्सेल ग्रॉसमन आणि जेकब एहरात यांच्याशी झाली. ते परस्परांचे छान मित्र बनले आणि जास्तीत जास्त वेळ एकमेकांसमवेतच राहू लागले. अल्बर्ट आणि एहरात वर्गात शेजारी-शेजारीच बसत आणि आपापसात अनेक विषयांवर चर्चा आणि विचार करत. अल्बर्ट कधी-कधी एहरातच्या घरीही जात. एहरातच्या आईला ते खूप आवडत असत. स्वतःच्या मुलाएवढंच प्रेम त्या अल्बर्टवर करत.

आर्थिक परिस्थिती फारशी चांगली नसल्याने अल्बर्टला अनेक ठिकाणी तडजोडी कराव्या लागत. त्यामुळे त्यांना अनेक अडचणींचा सामनाही करावा लागे. तरीदेखील अशा समस्यांनी जिद्दी अल्बर्ट कधीच नाउमेद बनला नाही. पॉलिटेक्निकचं शिक्षण घेत असताना त्यांनी मौजमजेखातर कधीही अनाठायी खर्च केला नाही. त्यामुळे त्यांचा साधेपणा दिसून येत असे.

एकदा शाळा सुटली, तेव्हा बाहेर जोरदार पाऊस सुरू होता. त्यामुळे आपली हॅट कोटाच्या आत दडवून ते भर पावसातच घराच्या दिशेने चालू लागले. छत्री नसल्याने त्यांचे कपडे ओले होऊ लागले. रस्त्यात एकाने त्यांना विचारलं, "अरे, एवढा जोराचा पाऊस पडत आहे, मग हॅट कोटात का ठेवतोस? हॅट डोक्यावर घातलीस तर तू भिजणार नाहीस ना!"

अल्बर्टने शांतपणे सांगितलं, "मी पावसात भिजत आहे. मी जर हॅट घातली तर तीसुद्धा भिजेल. माझे कपडे तर नंतर वाळवता येतील. पण हॅट भिजली तर ती खराब होईल. ती दुरुस्त करण्याइतके पैसेही माझ्याकडे नाहीत आणि मला तितका वेळही नाही." एवढं बोलल्यानंतर ते पुन्हा

आपल्या घराच्या दिशेने चालू लागले. त्या पाठमोऱ्या अल्बर्टकडे ती व्यक्ती कितीतरी वेळ बघतच राहिली.

त्यांचं हे वागणं पाहून आपल्या लक्षात येतं, की आज बहुसंख्य लोक आपल्या कृत्रिम सुख-सुविधा आणि भौतिक आवश्यकतांकडेच खूप लक्ष देतात. त्यांनी जर मनात आणलं तर ते देशासाठी किंवा समाजासाठी त्याग करू शकतात. शिवाय अत्यंत मर्यादित साधनसामग्रीत साधं राहणीमान अंगीकारून जीवन जगू शकतात.

या चार वर्षांमध्ये अल्बर्टने भौतिकशास्त्रातलं अगाध ज्ञान मिळवलं. तसंच त्यासंबंधित अनेक बाबींवर विचार व्यक्त केले. त्यांनी 'अर्न्स्ट मॅक' हा ग्रंथही वाचला. या ग्रंथाचा त्यांच्यावर मोठा प्रभाव पडला. परंतु कालांतराने अल्बर्टनी त्यांच्या धारणा मान्य करायला नकार दिला आणि स्वतःचा मार्ग शोधण्यास सुरुवात केली. ज्युरिक पॉलिटेक्निकमध्ये एकापेक्षा एक विद्वान प्राध्यापक होते. तेथील शिक्षणाचा दर्जाही अधिक चांगला होता. तरीदेखील अल्बर्ट हा स्वतःमध्येच रमणारा तरुण आहे आणि आयुष्यात तो काहीही करू शकणार नाही, असं अनेक प्राध्यापकांचं मत बनलं होतं. कारण अल्बर्ट त्यांना सतत वेगवेगळ्या विषयांसंबंधी प्रश्न विचारत असल्याने ते त्रस्त होत असत.

गणितामध्ये अत्यंत नावाजलेले मिनकोव्स्की तसंच ॲडॉल्फ हुरविट्जसारखे प्राध्यापक त्यावेळी तिथे होते. परंतु अल्बर्ट नेहमी मार्सेलच्या नोट्सवर अधिक लक्ष केंद्रित करत. त्या काळात अल्बर्ट नियमितपणे वर्गात उपस्थित राहू शकत नसत. मात्र मार्सेल नियमित वर्गात उपस्थित राहत, लक्ष देऊन प्राध्यापकांनी शिकवलेले ऐकत आणि नोट्सही काढत. मार्सेलच्याच मदतीने अल्बर्ट अभ्यास करत असे. ते मार्सेलच्या नोट्स कॉपी करून अभ्यास करत. अशा रीतीने आपल्या मित्राच्या मदतीने प्रत्येक वेळी ते परीक्षेत उत्तीर्ण होत असत.

ज्युरिकच्या पॉलिटेक्निकमध्ये हंगेरी शहरातील एक मुलगीही शिकत होती. तिचं नाव मिलेवा मारिश होतं. तीदेखील मार्सेल आणि एहरात यांच्या सारखीच अल्बर्टच्या मित्रपरिवारापैकी एक होती. कालांतराने याच मुलीशी अल्बर्टने विवाह केला.

अन्य विद्यार्थ्यांपेक्षा अल्बर्ट खूप वेगळा आहे, हे हर्मन मिनकोव्स्की यांच्या लक्षात आलं होतं. अल्बर्टची गणिताची रुची आणि त्यांनी विचारलेल्या प्रश्नांचं स्वरूप बघता प्राध्यापक हर्मन मिनकोव्स्की यांना अल्बर्टबाबत लळा निर्माण झाला होता. मग एक वेळ अशीही आली, ज्या वेळी त्यांनी अल्बर्टच्या सापेक्षतावादाच्या सिद्धान्ताचा पाया तयार केला. अल्बर्टच्या या सिद्धान्ताला योग्य दिशा मिळाली तर तो अत्यंत महत्त्वपूर्ण ठरेल, हे त्यांच्या लक्षात आलं होतं.

आईन्स्टाईनच्या सापेक्षतावादाच्या सिद्धान्ताचा मिनकोव्स्की यांनी आपल्या गणितीय संरचनेद्वारे आणि भूमितीय फॉर्म्युल्यांद्वारे अभ्यास केला. त्यांच्या गणितीय विचारांनी आणि तंत्राने आईन्स्टाईनच्या सिद्धान्त-निर्मितीत अत्यंत महत्त्वाची भूमिका बजावली. हा तोच काळ होता, ज्यावेळी आईन्स्टाईन यांनी आपल्या अलौकिक बुद्धिमत्तेचा परिचय सर्वांना दिला. त्यामुळे सर्व प्राध्यापकांच्या मनामध्ये एक अत्यंत महत्त्वाचं असं अनोखं स्थान त्यांनी निर्माण केलं. आईन्स्टाईन यांची आर्थिक परिस्थिती मिनकोव्स्की यांना चांगल्या प्रकारे माहीत होती. त्यामुळे वेळोवेळी ते त्यांना आर्थिक मदत करत. बालपणी अल्बर्टचे आई-वडील त्यांना नेहमी सांगत, **"ईश्वर ही अशी एक अज्ञात शक्ती आहे, जी संकटसमयी स्मरण केल्याने आणि तिच्यावर पूर्ण विश्वास ठेवणाऱ्यांना अदृश्य रूपात मदत करते."**

आई-वडिलांच्या या गोष्टी ते नेहमीच लक्षात ठेवत आणि स्वतःचं मनोधैर्य कायम स्थिर ठेवत. आई-वडिलांची शिकवण आणि

मार्गदर्शकांकडून मिळालेल्या यशाच्या मंत्राच्या आधारे ते प्रतिकूल परिस्थितीतही नेहमी पुढे जात राहिले.

ज्युरिकमधील शिक्षणाने अल्बर्टच्या सिद्धान्तांना एक नवी दिशा दिली. अल्बर्ट स्वतःच आपल्यासाठी प्रेरणा शोधत आणि येणाऱ्या अडचणींचा सामना करण्यासाठी सदैव तयार राहत. आपल्या सिद्धान्तांसह जनतेसमोर येण्यासाठी ते हिमतीनं तयारी करत होते. सन १९०० मध्ये त्यांनी चार वर्षांचं शिक्षण पूर्ण केलं. ते चांगल्या गुणांनी उत्तीर्ण झाले. त्यांच्यासोबतच मार्सेल यांनाही चांगले गुण मिळाले. उत्तम गुण मिळवणाऱ्या विद्यार्थ्यांना सहयोगी प्राध्यापकाची नोकरी देण्याची पद्धत त्यावेळी पॉलिटेक्निक इन्स्टिट्यूटमध्ये प्रचलित होती. मार्सेल आणि एहरात यांना खूप चांगले गुण मिळाल्याने त्या दोघांनाही नोकरी मिळाली. परंतु अल्बर्टना मात्र तिथे नोकरी मिळाली नाही. काही प्राध्यापकांच्या नाराजीमुळे ही नोकरी मिळाली नसल्याचं त्यांच्या लक्षात आलं. तरीही ते निराश झाले नाहीत. त्यांना स्वतःवर पूर्ण विश्वास होता. आज ना उद्या आपल्या योग्यतेचं काम आपल्याला मिळणारच याची त्यांना खात्री होती. याच विश्वासासह ते सातत्याने प्रयत्न करत राहिले.

अल्बर्ट आईन्स्टाईन

भाग ३

वैवाहिक जीवन आणि शोधकार्य

८

पेटंट कार्यालयातील पहिली नोकरी

ज्युरिक पॉलिटेक्निक इन्स्टिट्यूटमधील परीक्षा उत्तीर्ण केल्यानंतर अल्बर्टचे मित्र मार्सेल यांना तिथेच गणिताच्या सहयोगी प्राध्यापकाची नोकरी मिळाली. काही काळाने त्यांना पदोन्नती देऊन भूमितीय विभागात नियुक्ती देण्यात आली. परंतु या कालावधीत अल्बर्टला कुठेही नोकरी मिळू शकली नाही. वेबेर नावाचा प्राध्यापक हे त्या नोकरी न मिळण्यामागील कारण होतं.

नोकरी मिळेपर्यंत अल्बर्ट यांनी ज्युरिकमध्येच राहून अनेक छोट्या -मोठ्या ठिकाणी काम केलं. परंतु त्यांना साजेसं काम ते शोधू शकले नाही. ज्युरिक येथील शासकीय वेधशाळा, विंटरथूर स्कूल, शाफहाउसेन स्कूल अशा अनेक संस्थांमध्ये त्यांनी नोकरी केली आणि सोडलीही. स्वतः निर्माण केलेल्या पद्धतींद्वारे ते विद्यार्थ्यांना ज्ञान देऊ इच्छित होते. परंतु लोक त्यांच्या सिद्धान्तांना आणि तंत्रांना विरोध करायचे.

अल्बर्टचे वडील हरमन हेदेखील अल्बर्टच्या बेरोजगारीमुळे

चिंताग्रस्त असत. तेदेखील जिथे-जिथे शक्य असेल, तिथे अल्बर्टच्या नोकरीसाठी प्रयत्न करत. याच दरम्यान १९०१मध्ये अल्बर्ट यांचा पहिला शास्त्रीय शोधनिबंध एका नियतकालिकामध्ये प्रकाशित झाला. 'काचेच्या पातळ नलिकांमध्ये द्रव्यांची केशिक-क्रिया' असं त्यांनी त्याला नाव दिलं. या शोधनिबंधाची प्रत्येकी एक प्रत त्यांनी फ्रेडरिक विल्हेम ओस्टवाल्ड यांना तसंच लाइडेन विद्यापीठातील भौतिकशास्त्रातील दिग्गज हाईके कामेरलिंघ-अन्नेस यांना पाठवली. फ्रेडरिक विल्हेम ओस्टवाल्ड हे एक रसायनशास्त्रज्ञ होते. त्यांना आधुनिक रसायनशास्त्राचं जनक मानलं जातं. आपल्या शोधनिबंधासोबत पाठवलेल्या पत्रात त्यांनी लिहिलं:

"मि. ओस्टवाल्ड, रसायनशास्त्रावरचं तुम्ही लिहिलेलं पुस्तक मी वाचलं. ते वाचल्यानंतर मी खूप प्रभावित झालो. मी 'काचेच्या पातळ नळ्यांमध्ये द्रव्यांची केशिक-क्रिया' नावाचा एक शोधनिबंध लिहिलेला आहे. त्याची एक प्रत मी आपणास यासोबत पाठवत आहे. आपल्या प्रयोगशाळेत भौतिक शास्त्र किंवा गणित याबाबतचं एखादं पद रिक्त असेल, तर कृपया त्यासाठी आपल्यासोबत काम करण्याची संधी मला देण्यात यावी. मला अजून कोणतीही नोकरी मिळालेली नाही. मी सध्या बेरोजगारच आहे."

या पत्राचं ओस्टवाल्ड यांच्याकडून कोणतंही उत्तर न आल्याने अल्बर्टने त्यांना आणखी एक पत्र लिहिलं. परंतु या पत्राचंही उत्तर आलं नाही. असंच एक पत्र लाइडेन विद्यापीठालाही पाठवण्यात आलं होतं. मात्र तेथूनही उत्तर आलं नाही.

वेळ कशा रीतीने आणि कोणत्या दिशेला नेईल, हे कोणीच सांगू शकत नाही. या घटनेनंतर सुमारे २० वर्षांनी 'अतिथी प्राध्यापक' या सन्माननीय पदावर लाइडेन विद्यापीठाने त्यांची नियुक्ती केली. आजदेखील त्यांनी उत्तरादाखल पाठवलेलं पोस्टकार्ड विद्यापीठाच्या संग्रहालयातील इतिहास

विभागात एका किमती वस्तूच्या स्वरूपात जतन केलेलं आहे. नंतरच्या काळात ओस्टवाल्डनेच सर्वप्रथम अल्बर्टचं नाव नोबेल पुरस्कारासाठी सुचवलं.

अशा रीतीने अल्बर्ट नोकरी मिळवण्यासाठी विविध संस्थांमध्ये अर्ज करत राहिले. अखेरीस ते मार्सेलला भेटले. त्यांच्या मदतीने अल्बर्टला बर्न या स्वित्झर्लंडच्या राजधानीतील पेटंट कार्यालयात नोकरी मिळाली. ही नोकरी अस्थायी स्वरूपाची होती.

या कार्यालयात अल्बर्टने ७ वर्षं नोकरी केली. हे कार्यालय बौद्धिक क्षेत्राशी संबंधित होतं. विविध तांत्रिक शोधांबाबतचं सविस्तर विवेचन तिथे सादर केलं जाई. उदाहरणार्थ, एखाद्या व्यक्तीने, इंजिनिअरने किंवा एखाद्या शास्त्रज्ञाने कोणत्याही प्रकारची एखादी नवी मशिन, हत्यार, एखादा भाग, रासायनिक मिश्रण किंवा एखादं इंजिन बनवलं असेल, तर त्याला या कार्यालयात त्याचं मॉडेल जमा करावं लागत असे. त्यासोबतच त्यासंबंधीची तांत्रिक माहिती, त्याच प्रकारच्या शोधाशी संबंधित असणारी अन्य कागदपत्रं या कार्यालयात जमा केली जात असे. हे पेटंट कार्यालय प्रत्येक शोध तपासून पाहत असे. त्यातील सत्यासत्यतेचं निरीक्षण केलं जाई. त्याबाबतचा एक छोटासा अहवाल तयार करण्यात येत असे. अन् अखेरीस एक प्रभागपत्र देऊन संबंधित संशोधकाला त्या शोधाच्या पेटंटचं प्रमाणपत्र दिलं जात असे.

नोकरीसाठी अल्बर्ट जेव्हा बर्न शहरात आले, तेव्हा पहिला पगार मिळेपर्यंत आपली गुजराण करण्याइतके पैसेदेखील त्यांच्याकडे नव्हते. परिणामी त्यांनी काही शिकवण्या घेण्यासाठी सुरुवात केली. ते या सर्व बाबींमध्ये खूपच व्यस्त राहू लागले. दिवसभर ते पेटंट कार्यालयामध्ये नोकरी करत आणि संध्याकाळी शिकवण्या घेत. पेटंट कार्यालयात त्यांना तृतीय श्रेणीतील 'तांत्रिक विशेषज्ञ' हे पद देण्यात आलं. ही नोकरी त्यांच्या

जीवनातील एक अत्यंत महत्त्वपूर्ण बाब ठरली. कारण ही नोकरी करत असतानाच त्यांनी महान सैद्धान्तिक शोधाची रचना करून संशोधनातील सर्वोच्च शिखर पादाक्रांत केलं. त्यांनी लिहिलेल्या एका पत्रात ते म्हणतात-

"या पेटंट कार्यालयात नोकरी करणं मला खूप फायद्याचं ठरलं. इतरांनी जमा केलेल्या पेटंट्सचं विवरण तयार करणं, ही माझ्यासाठी अत्यंत जमेची बाजू ठरली. या प्रक्रियेमुळे मी माझ्या भौतिकी विषयांबाबत अधिक सखोलतेनं विचार करू लागलो. शास्त्रीय संशोधनासाठी अशी कार्यालयीन व्यावहारिकता अडचणी निर्माण करणारी न ठरता साहाय्यक ठरते."

या कार्यालयात त्यांना दिवसातील आठ ते नऊ तास काम करावं लागत असे. परंतु आपलं काम ते निम्म्या वेळातच पूर्ण करत असल्याने उरलेला रिकामा वेळ त्यांच्यासाठी त्रासदायक ठरत असे. त्यामुळे हा रिकामा वेळ व्यतीत करण्यासाठी त्यांनीच मार्ग शोधला. शास्त्रीय अभ्यास आणि त्यासंबंधी शोधांवर काम करायला त्यांनी सुरुवात केली. परंतु त्या कार्यालयात स्वतःचं काम करायला बंदी असल्याने अल्बर्ट आपलं काम एवढ्या चतुराईने करत, की इतरांच्या काहीही लक्षात येत नसे. अशा रीतीने अल्बर्टच्या जीवनाचा एक नवा अध्याय सुरू झाला.

९

मिलेवाशी विवाह

१८७५मध्ये जन्म घेतलेली मिलेवा मारिश ही अल्बर्टची पहिली पत्नी. तिची कौटुंबिक पार्श्वभूमी अत्यंत चांगली होती. गणित आणि भौतिकशास्त्रात तिला चांगले गुण मिळत. मिलेवा आणि अल्बर्ट ज्युरिक पॉलिटेक्निकमध्ये एकत्र शिकत. तिला अल्बर्टसोबत राहणं आवडत असे. अल्पावधीतच त्यांच्या मैत्रीचं रूपांतर प्रेमामध्ये झालं आणि त्यांनी एकत्र आयुष्य व्यतीत करण्याचा विचार केला. मिलेवाच्या आई-वडिलांना अल्बर्ट पसंत असल्याने त्यांनी लगेचच या लग्नाला होकार दिला. तथापि, अल्बर्टच्या आई-वडिलांना हा विवाह मान्य नव्हता. कारण मिलेवाचं वय अल्बर्टपेक्षा खूप जास्त होतं आणि तिचा धर्महो वेगळा होता.

या दरम्यान अल्बर्टचे वडील हरमन यांचं निधन झालं. त्यावेळी ते मिलानमध्ये राहत होते. मृत्यूपूर्वी त्यांनी अल्बर्टला मिलेवाशी लग्न करण्याची परवानगी दिली. त्यामुळे पुढील वर्षी ६ जानेवारी १९०३ मध्ये स्वित्झर्लंडमधील बर्न या शहरातील टाउन हॉलमध्ये हा विवाह सोहळा अत्यंत साधेपणाने पार पडला आणि ते एकमेकांशी लग्नबंधनात बांधले गेले.

या विवाहानंतर अल्बर्टचा कौटुंबिक खर्चही वाढला. विवाहानंतरच्या पुढील वर्षी म्हणजेच १९०४ मध्ये १४ मे रोजी मिलेवाने एका पुत्ररत्नास जन्म दिला. त्याचं नाव हान्स ठेवण्यात आलं. यानंतर तर खर्चात आणखीच वाढ झाली. आता ते पूर्णपणे एका गृहस्थाचीच भूमिका निभावत होते. परंतु अशा परिस्थितीतही त्यांचं विज्ञानविषयक संशोधन पूर्ण निष्ठेसह सुरूच होतं.

एखाद्या शास्त्रज्ञाभोवती जसं वातावरण असतं, तसं अल्बर्टबाबत नव्हतं. आपल्या संशोधनाशी संबंधित विविध मुद्द्यांवर ते विचार करू शकत होते आणि त्या विचारांवर अंमलबजावणीही करू शकत होते. उत्पन्न वाढविण्यासाठी त्यांनी ट्यूशन घेण्यासंदर्भात एक जाहिरात दिली. ती पाहून मॉरिस सोलोवाईन यांनी त्यांच्याकडे शिकवणी लावण्याची इच्छा व्यक्त केली. या दोघांमध्ये चांगलीच मैत्री जमली. ते विविध विषयांवर तासन् तास चर्चा करत. मॉरिसला भौतिकशास्त्राविषयी विशेष आवड होती. त्याबाबत अल्बर्ट त्यांना मार्गदर्शन करत आणि त्यासंबंधीच्या विविध शोधांबाबतही माहिती देत असत.

इ.स. १९०५ मध्ये अल्बर्टने एका भौतिकशास्त्रावरील मासिकाचं प्रकाशन केलं. याबाबतचे अनेक शोध आणि सिद्धान्त त्यांच्याजवळ होते. त्यांनी ३०० पेक्षा अधिक पुस्तकं लिहिली. याचवर्षी त्यांनी प्रकाश, ऊर्जा आणि गती यांच्याशी संबंधित सिद्धान्त मांडला. हाच सिद्धान्त कालांतराने E= mc2 या नावाने जगप्रसिद्ध झाला.

अल्बर्ट आईन्स्टाईन पत्नी मिलेवासोबत

१०

आईन्स्टाईनचे प्रारंभिक चार शोध

पेटंट कार्यालयात काम करत असताना अल्बर्टला तीन वर्षं होत आली होती. या दरम्यान भौतिकशास्त्रात अनेक प्रकारचे नवनवे शोध होऊ लागले होते. भौतिक विज्ञान खरंतर 'पदार्थ विज्ञान' आहे. यात निसर्गातील अनेक रहस्यं शोधण्याचा प्रयत्न केला जातो. त्या काळातील शास्त्रज्ञांनी विविध विषयांवर संशोधन सुरू केलं होतं. याचदरम्यान आईन्स्टाईनने आपला पहिला शोध प्रस्तुत केला.

पहिला शोध

या शोधाने 'प्रकाश-विद्युत प्रभावां'ची (Photoelectric Effect) व्याख्या सांगितली. 'आनालेन डेर फिजिक' (Annalen Der Physick) या नियतकालिकामध्ये ९ जून रोजी हा शोध प्रकाशित करण्यात आला. भौतिकशास्त्रानुसार, कोणत्याही वस्तूवर जेव्हा प्रकाश पडतो, तेव्हा त्यातून इलेक्ट्रॉन बाहेर पडतात. यालाच 'प्रकाश विद्युत प्रभाव' म्हटलं जातं. या

प्रक्रियेत जे इलेक्ट्रॉन बाहेर पडतात त्यांना 'प्रकाश-इलेक्ट्रॉन' असं म्हटलं जातं. कोणत्याही धातूच्या पृष्ठभागावर जेव्हा प्रकाशकिरण पडतात, तेव्हा इलेक्ट्रॉन बाहेर पडतात. म्हणजेच त्या धातूवर प्रकाश पडणं आणि इलेक्ट्रॉन बाहेर पडणं या दरम्यान वेळेचं कोणतंही अंतर नसतं, असा याचा अर्थ होतो. बाहेर पडणाऱ्या इलेक्ट्रॉन्सची संख्या प्रकाशाच्या तीव्रतेइतकीच असते.

याच सिद्धान्ताला कालांतराने 'क्वांटम' असं नाव देण्यात आलं. मॅक्स प्लांक या शास्त्रज्ञाने मांडलेल्या क्वांटम सिद्धान्ताच्या धारणांना अल्बर्टने प्रथमच एका व्यापक सिद्धान्तामध्ये बदललं. प्रकाश क्वांटम कणांनी मिळून बनलेला असतो, हे यावरून स्पष्ट झालं. तथापि, त्या काळी अन्य शास्त्रज्ञांनी ही बाब मानण्यास नकार दिला. या विरोधाभासावर अनेक वर्षं चर्चा होत राहिली. सन १९२१ मध्ये आईन्स्टाईनला या 'प्रकाश-विद्युत प्रभावा'च्या शोधासाठी नोबेल पुरस्काराने सन्मानित करण्यात आलं. त्यानंतर १९२३ मध्ये 'क्वांटम प्रभावाच्या' अस्तित्वाला मान्यताही देण्यात आली.

दुसरा शोध

आईन्स्टाईनचा दुसरा शोध १८ जुलै, १९०५ रोजी 'आनालेन डेर फिजिक' या नियतकालिकातच प्रकाशित केला गेला. या शोधात 'ब्राउनियन गती'ची (Brownian Motion)ची विस्तारपूर्वक व्याख्या केली गेली होती. आईन्स्टाईनने याच विषयासंबंधित एक शोध तयार करून ज्यूरिक विश्वविद्यालयाकडे पाठवला होता. या शोधाच्या माध्यमातून पीएच.डी. मिळविण्याची त्यांची मनीषा होती.

पाण्यामध्ये अत्यंत गतीने फिरणारे अणू सूक्ष्म कणांना एवढ्या जोरात ढकलतात, की ते अत्यंत अनियमितरीत्या पाण्यामध्ये उड्या मारत राहतात, असं या शोधामध्ये आईन्स्टाईनने स्पष्ट केलं होतं. त्यांनी विविध आकाराचे

अणू, त्यांचा प्रभाव आणि त्यांची गती यांचा हिशेब करून एक असं समीकरण बनवलं, की ज्याच्या माध्यमातून टक्कर देणारे अणू आणि त्यांच्या घटक परमाणूंच्या आकारांची मोजदाद करता येऊ शकेल. फ्रान्समधील शास्त्रज्ञ Jean Baptiste Perrim यांनी आईन्स्टाईनच्या या सिद्धान्ताचं समर्थन केलं. भविष्यात आईन्स्टाईनचा हा शोध खूप प्रसिद्ध झाला.

तिसरा शोध

आईन्स्टाईनने आपला तिसरा शोध २६ सप्टेंबर १९०५ रोजी प्रकाशित केला. आनालेन डेर फिजिक या नियतकालिकामध्ये प्रकाशित करण्यात आलेल्या या शोधामध्ये 'विशिष्ट सापेक्षता सिद्धान्ता'ची व्याख्या करण्यात आली होती. या सिद्धान्तामध्ये 'विशिष्ट' हा शब्द जाणीवपूर्वक वापरण्यात आला. यामध्ये एका विशिष्ट स्थितीचे, एका सरळ रेषेत, एका समान गतीने धावणाऱ्या वस्तूंची व्याख्या करण्यात आली. त्यांच्या या शोधानुसार प्रकाशाची सापेक्ष गती समान असते. अन्य कोणत्याही वस्तूच्या तुलनेत ती कधीच बदलत नाही. या सापेक्षता सिद्धान्तानुसार एखादी वस्तू जितक्या जास्त गतीने फिरते, तितकी ती एका ठिकाणी उभ्या असणाऱ्या माणसाला लहान दिसेल. कोणतीच वस्तू प्रकाश मिळवू शकत नाही. कारण प्रकाशाच्या गतीपर्यंत पोहोचल्यानंतर तिचा भौतिक पदार्थ मोठा होत जातो.

चौथा शोध

आईन्स्टाईनचा चौथा शोधही आनालेन डेर फिजिक याच नियतकालिकामध्ये २१ नोव्हेंबर १९०५ रोजी प्रकाशित झाला. द्रव्य आणि ऊर्जा यांमध्ये परस्परसंबंध प्रस्थापित करणारा $E = mc^2$ हा जगप्रसिद्ध सिद्धान्त त्यांनी यामध्ये मांडला. हा तीन पृष्ठांचा शोध होता. यानुसार, E म्हणजे ऊर्जा, m म्हणजे द्रव्य तर c^2 म्हणजे प्रकाशाच्या गतीचा वर्ग, जो ३,००,००० कि.मी. प्रती सेकंद या स्वरूपात दर्शविण्यात आला. द्रव्य

आणि ऊर्जा ही एकाच गाडीची दोन चाकं आहेत, हे यावरून सिद्ध झालं.

आईन्स्टाईनचे हे सर्वच शोध छोट्या-मोठ्या स्वरूपात सापेक्षतावादाच्याच सिद्धान्ताशी संबंधित होते. तो असा काळ होता, ज्यात आईन्स्टाईनसारख्या या युवा शास्त्रज्ञाने भौतिकशास्त्राच्या जगतात अत्याधिक खळबळ उडवून दिली होती. आईन्स्टाईनच्या वैज्ञानिक आयुष्यावर लिहिलेल्या पुस्तकामध्ये अब्राहम पाईस लिहितात, ''यापूर्वी किंवा यानंतरही कधी कोणी भौतिकशास्त्राच्या सीमा इतक्या विस्तारित केल्या नाहीत आणि करणारही नाहीत, जितक्या आईन्स्टाईनने अवघ्या एका वर्षाच्या कालावधीत केल्या.''

तत्कालीन शास्त्रज्ञांनी आईन्स्टाईनच्या शोधांचं मोल तत्काळ जाणलं. इतक्या महत्त्वपूर्ण शोधांनंतरही अन्य शास्त्रज्ञांना आईन्स्टाईन कोणत्या वैज्ञानिक संस्थेत कार्यरत आहेत, हे माहीत नव्हतं. आईन्स्टाईनसारखी व्यक्ती कोणत्याही विद्यापीठात किंवा संस्थेत प्रोफेसर नसून पेटंट कार्यालयात तृतीय श्रेणी तांत्रिक कर्मचारी आहेत, हे समजल्यावर तर या शास्त्रज्ञांच्या आश्चर्याला पारावारच उरला नाही.

या शोधानंतर त्या सर्व कंपन्या आणि संस्था आईन्स्टाईनला आपल्याकडे खेचण्याचा प्रयत्न करू लागल्या, ज्यांनी यापूर्वी त्यांना अयोग्य म्हणत नाकारलं होतं, त्यांना ज्युरिक विद्यापीठानेही नोकरीसाठी आमंत्रित केलं. आईन्स्टाईनने त्याला त्वरित संमती दिली. अशा तऱ्हेने एक शास्त्रज्ञ म्हणून त्यांच्या जीवनाची सुरुवात झाली.

११

आईन्स्टाईनचा सापेक्षता सिद्धान्त

इतिहासात डोकावून पाहिलं तर लक्षात येतं, की विश्वात वेगळी वाट अनुसरणारे, रूढी-परंपरांची पर्वा न करणारे लोकच आपली एक अनोखी ओळख निर्माण करतात. अल्बर्ट आईन्स्टाईनने आपला सापेक्षतेचा सिद्धान्त इ. स. १९०५ मध्ये प्रस्तुत केला. परंतु खरंतर त्याचा पाया सुमारे दहा वर्षं आधीच रचला गेला होता. ज्या ज्या वेळी लोकांनी जुन्या रूढी आणि मर्यादा ओलांडून नवनव्या सिद्धान्तांना जन्म दिला, त्या त्या वेळी विज्ञानातील नवनव्या शोधांचा जन्म झाला.

आज आईन्स्टाईनचा सापेक्षतेचा सिद्धान्त जगासमोर येऊन शंभर वर्षांहून अधिक काळ लोटला आहे. त्यांच्याद्वारे मांडला गेलेला हा सिद्धान्त भौतिक विज्ञानाचा आधारस्तंभ बनला आहे. सद्यःस्थितीत या सिद्धान्ताशिवाय भौतिक विज्ञानाची कल्पनाच करता येऊ शकत नाही. आईन्स्टाईनच्या या सिद्धान्ताविना आधुनिक भौतिकशास्त्र अधुरं आहे. आजही त्यांचा सापेक्षता सिद्धान्त सामान्य लोकांच्या समजण्यापलीकडची

बाब आहे. कारण तो शास्त्रज्ञ किंवा काही बोटावर मोजण्याइतके लोकच समजू शकतात. हा एक जटिल सिद्धान्त आहे. परंतु याची गणना विश्वातील अतिशय उत्कृष्ट सिद्धान्तांमध्ये केली जाते.

लोकभाषेत सांगायचं झालं तर ब्रह्मांडातील सर्व घटकांचा परस्परांशी संबंध आहे. कोणताही घटक स्वतंत्र नाही. जेव्हा आपण एखादा गोल खंड अथवा तारा ब्रह्मांडात पाहतो, तेव्हा त्याची गती ही आपल्यापासूनचं अंतर आणि वेळ यावर अवलंबून असते. समजा, एखादा तारा आपल्या पृथ्वीपासून ४०० प्रकाश वर्षं दूर आहे. याचाच अर्थ, आपण जेव्हा तो तारा पाहतो तेव्हा ती ४०० वर्षापूर्वीची स्थिती असते. वर्तमानात तर तो तारा दुसऱ्याच ठिकाणी असेल. त्या ताऱ्याची आजची स्थिती आपल्याला ४०० वर्षांनंतर दिसेल. त्या ताऱ्याचा वेग खूपच जास्त असेल, तर त्याचा आकारदेखील भिन्न दिसेल.

आईन्स्टाईनने आपला हा सिद्धान्त ज्या वेळी विज्ञान जगतात प्रस्तुत केला, त्या वेळी काही गूढ घटना घडल्या होत्या. अशाच एका घटनेत शास्त्रज्ञ सर आर्थर एडिंग्टन (Sir Arthur Eddington) यांचं नाव समोर येतं. एका परिसंवादात एक भौतिक शास्त्रज्ञ त्यांच्याबद्दल म्हणाला होता, 'सर आर्थर, आपण विश्वातील त्या तीन महान व्यक्तींपैकी एक आहात, ज्यांच्यात आईन्स्टाईनचा सापेक्षतेचा सिद्धान्त समजण्याची बुद्धी आहे.' त्याचं हे विधान ऐकून सर आर्थर काहीसे गोंधळले. त्यांची ती संभ्रमित अवस्था पाहून त्या शास्त्रज्ञाने पुन्हा विचारलं, 'सर, इतका काय विचार करताय?'

यावर सर आर्थर कटुतेनं उत्तर देत म्हणाले, 'जी आईन्स्टाईनचा हा सिद्धान्त समजू शकते, ती तिसरी व्यक्ती कोण असू शकते बरं? या विचाराने मी संभ्रमित झालोय.' त्यांच्या या उत्तरावरूनच सापेक्षतेच्या सिद्धान्ताची जटिलता आणि वैशिष्ट्य यांची कल्पना येऊ शकते. असं असूनही या

सिद्धान्ताची मुख्य संकल्पना सरळ आणि सुलभ शैलीत व्यक्त केली जाऊ शकते. आपल्या या सिद्धान्ताविषयी स्वतः आईन्स्टाईनदेखील म्हणाले होते, 'एखादा शास्त्रज्ञ जर हा सिद्धान्त समजू शकत असेल, तर तो त्यातील सरळता आणि सुलभतादेखील समजू शकेल.' **सापेक्षतेच्या सिद्धान्ताचा सर्वसाधारण अर्थ असा आहे, की या विश्वात सर्वकाही सापेक्ष म्हणजेच प्रत्येक गोष्ट परस्पराशी संबंधित आहे.**

काही लोक असं मानतात, की हा सिद्धान्तदेखील अन्य सिद्धान्तांप्रमाणे वास्तवच व्यक्त करतो. या सिद्धान्तामुळेच मनुष्य ब्रह्मांड, अंतरिक्ष, वेळ, गती, द्रव्यमान, मूलतत्त्व इत्यादी जुन्या धारणा सोडून त्याच्या नवीन संकल्पना अधिक गहनतेनं आणि व्यवस्थितरीत्या समजू लागला आहे.

आईन्स्टाईनच्या मतानुसार वेगवेगळ्या ग्रहांवर वेळेची कल्पना भिन्न भिन्न असते. काळाचा संबंध गतीशी असतो. त्याचप्रकारे वेगवेगळ्या ग्रहांवर वेळेचा मापदंडदेखील भिन्न असतो. हे पुढील उदाहरणाद्वारे सहजपणे समजून घेता येईल. समजा, एखाद्या स्त्रीला जुळी मुलं झाली. त्यांपैकी एकाचं पालनपोषण पृथ्वीवर होतं आणि दुसऱ्याचं अन्य एखाद्या ग्रहावर. काही वर्षांनंतर अन्य ग्रहावरील मुलाला पृथ्वीवर आणलं, तर दोन्ही मुलांच्या वयात अंतर असल्याचं दिसून येईल. ज्या मुलाला अन्य ग्रहावर पाठवण्यात आलं होतं, त्या ग्रहाचं सूर्यापासूनचं अंतर आणि पृथ्वीचं सूर्यापासूनचं अंतर जितकं कमी अथवा अधिक आहे, त्यावर त्या दोन मुलांच्या वयातील अंतर अवलंबून असेल.

सापेक्षतेचा सिद्धान्त आपल्या पौराणिक कथेच्या आधारेदेखील समजून घेता येईल. आपल्या 'श्रीमद् भगवत् पुराण' या ग्रंथात याचे पुरावे मिळतात. *या पुराणातील एका मनोरंजक प्रसंगानुसार रैवतक नावाचा एक राजा होता. त्यांची रेवती नावाची मुलगी उपवर झाली होती. परंतु तिच्यासाठी सुयोग्य वर मिळत नव्हता. कारण रेवतीची उंची खूप होती.*

त्यामुळे कोणताही राजकुमार तिच्याशी विवाह करायला तयार होत नव्हता. साहजिकच मुलीच्या विवाहाच्या चिंतेनं राजा अतिशय त्रस्त झाला होता.

एके दिवशी तो राजा आपल्या मुलीला घेऊन वर संशोधनार्थ ब्रह्मलोकात गेला. तो ब्रह्मलोकात पोहोचला, तेव्हा तिथे गंधर्वगान चालू होतं. सर्व लोक त्यात मग्न होते. गंधर्वगान समाप्त झाल्यानंतर ब्रह्मदेवांनी राजाला त्याच्या येण्याचं प्रयोजन विचारलं. राजाने त्याची मुलगी रेवती हिच्यासाठी योग्य वराच्या शोधार्थ इथे आल्याचं नम्रपणे सांगितलं. यावर ब्रह्मदेव जोरजोरात हसले आणि म्हणाले, 'हे राजन्, जितका वेळ तू गंधर्वगान ऐकलं, तितक्या वेळात तर पृथ्वीवर २७ चतुर्युग होऊन गेली. (१ चतुर्युग = ४ युग) आता तर २८वं द्वापारयुगही संपणार आहे. तू परत पृथ्वीवर जा आणि कृष्णाचा भाऊ बलराम याच्याशी तुझ्या मुलीचा विवाह संपन्न कर. तू रेवतीला इथे घेऊन आलास हे बरं झालं. त्यामुळे तिचं वय वाढलं नाही. आता थोडासा जरी उशीर केलास, तर तुम्ही सरळ कलियुगात प्रवेश कराल.'

ब्रह्मलोक आकाशगंगेपेक्षाही अधिक दूर आहे, हे या प्रसंगावरून लक्षात येतं. त्यामुळेच ब्रह्मलोकावरील एक मिनिटदेखील पृथ्वीवरील अब्जावधी वर्षांसमान आहे. एखादा मनुष्य प्रकाशाच्या गतीच्या तुलनेत काही कमी वेगाने चालणाऱ्या एखाद्या यानात प्रवास करेल, तर त्याच्या शरीरात परिवर्तनाची प्रक्रिया जवळ जवळ स्तब्ध होईल, असं आधुनिक वैज्ञानिकांचं मत आहे. एखादं दहा वर्षांचं बालक यानात बसून आकाशगंगेकडे जाऊन परत आलं तर ते ६६ वर्षांचं होईल. परंतु यादरम्यान पृथ्वीवर सुमारे ४० लाख वर्षं व्यतीत झाली असतील. अशा प्रकारे वेगवेगळ्या ग्रहांवर वेळेचा मापदंडही भिन्न असतो.

आईन्स्टाईनचा सापेक्षता सिद्धान्त त्या वेळच्या प्रसिद्ध नियतकालिकात प्रकाशित करण्यात आला. सापेक्षता सिद्धान्त प्रकाशित झाल्यानंतर जगभर

त्याचा परिणाम पाहायला मिळाला. अनेक शास्त्रज्ञांनी आणि बुद्धिजीवी लोकांनी त्यांचा लेख वाचला आणि त्याची प्रशंसा केली. पाहता पाहता आईन्स्टाईनची ख्याती निर्माण झाली. या सिद्धान्तासोबतच आईन्स्टाईनने सापेक्षता सामान्य सिद्धान्तदेखील (general theory of relativity) प्रस्तुत केला. त्यांच्या अन्य सिद्धान्तांमध्ये संतुलित ब्रह्मांड, केशिकीय गती, एक अणुवाल्या गॅसचा क्वांटम सिद्धान्त, भौतिकीचं ज्यामितीकरण म्हणजेच कमी विकिरणांच्या प्रकाशाचा सिद्धान्त इत्यादींचा समावेश होता. इ.स. १९१९ मध्ये इंग्लंडच्या रॉयल सोसायटीने या सर्व शोधांवर मोहर लावली आणि त्यांना मान्यता दिली.

१२

ज्यूरिक पॉलिटेक्निकमध्ये आगमन

आईन्स्टाईनने आपले शोध प्रकाशित केल्यानंतर विश्वातील विख्यात शास्त्रज्ञांनी त्यांच्या शोधनिबंधांतील वैशिष्ट्यांचा बारकाईनं अभ्यास केला. त्या काळातील काही महान शास्त्रज्ञ जसं- माक्स प्लांक, विल्हेम वीन, हेन्द्रिक लॉरेंट्‌ज आणि याकोब योहान्न लाउव इत्यादींनी त्यांच्या कार्याची प्रशंसा केली. आईन्स्टाईन म्हणत, '**मनुष्याला भयावह धार्मिक विचार, अंधविश्वास आणि आत्म्यांचं अस्तित्व अशा गोष्टींपासून दूर राहायला हवं.**' अशा प्रकारे गंभीर वैचारिक स्थितीतून बाहेर पडून ते अतिशय सहज जीवन जगत होते. फावल्या वेळात ते सायकल चालवत, व्हायोलिन वाजवत किंवा नौकाविहार करत असत.

हळूहळू युरोपमधील विज्ञान जगताशी निगडित असलेल्या अनेक प्रथितयश संशोधकांचं हे म्हणणं होतं, की आईन्स्टाईनसारखं प्रतिभासंपन्न व्यक्तिमत्त्व कित्येक वर्षांनंतर जन्माला येतं. आईन्स्टाईनसारख्या असामान्य प्रतिभावान व्यक्तीनं पेटंट कार्यालयात काम न करता एखाद्या चांगल्या

संस्थेत असायला हवं, असंही मानलं जाऊ लागलं. त्यामुळेच ज्यूरिक पॉलिटेक्निकमध्ये प्राध्यापक पदाची नोकरी त्यांना मिळावी, यासाठी काही युक्त्या लढवल्या जाऊ लागल्या.

ज्यांनी व्याख्याता म्हणून काही काळ काम केलेलं आहे, अशांनाच ज्यूरिक पॉलिटेक्निकमध्ये प्राध्यापक पदासाठी अर्ज करता येत असे. तसा त्यांचा नियमच होता. आता पेटंट कार्यालयात जास्त काळ नोकरी करणं योग्य नाही, याची त्यांना जाणीव झाली. मग त्यांनी इ.स. १९०८ ते १९०९ या कालावधीत नोकरीसोबतच खासगी व्याख्याता म्हणून काम करायला सुरुवात केली. त्यानंतर त्यांना ज्यूरिक पॉलिटेक्निकमध्ये प्राध्यापक पदाची नोकरी मिळाली. बारा वर्षांपूर्वी ते ज्या संस्थेमध्ये एक विद्यार्थी म्हणून दाखल झाले, त्याच संस्थेत आता त्यांना विद्यार्थ्यांना शिकवण्याची संधी लाभली. प्राध्यापकपदी नियुक्ती झाल्यानंतर त्यांना खूप आनंद झाला. त्यांची पत्नी मिलेवा यांच्या आनंदाला तर पारावारच उरला नव्हता. यादरम्यान त्यांचा दुसरा मुलगा एडवर्ड याचा जन्म झाला. एडवर्ड आणि आईन्स्टाईन यांच्या चेहरेपट्टीमध्ये बरंचसं साम्य होतं.

इथे त्यांची बालपणीच्या बऱ्याच मित्रांशी भेट झाली. त्यात प्रामुख्याने मर्सेल ग्रॉसमान यांचा उल्लेख करायला हवा. मर्सेल ग्रॉसमान हे गणिताचे प्राध्यापक होते. इथे आईन्स्टाईन आणि मार्सेल ग्रॉसमान यांच्यातील मैत्री पूर्वीपेक्षा अधिक घनिष्ठ झाली. ते दोघे नेहमी भेटत असत आणि त्या भेटीत ते वेगवेगळ्या वैज्ञानिक विषयांवर चर्चादेखील करत असत. एकदा तर या दोघांनी मिळून एक शोधप्रबंध तयार करून तो प्रकाशितही केला. हा शोध 'विस्तृत सापेक्षता सिद्धान्त म्हणजेच गुरुत्वाकर्षणाच्या सिद्धान्ताचं बाह्य रूप' या नावाने प्रकाशित केला गेला होता. हा शोध या प्रकारच्या शोधांमध्ये एक महत्त्वपूर्ण पाऊल होतं, ज्यात गुरुत्वाकर्षणाच्या ज्यामितीकरणाचा प्रथमच प्रयत्न केला गेला होता. आईन्स्टाईन यांना व्यापक सापेक्षता

सिद्धान्त गणितरूपात मांडण्यासाठी मार्सेल ग्रॉसमन यांची खूप मदत झाली.

ज्यूरिक पॉलिटेक्निकमध्ये अध्यापनाच्या कार्याला सुरुवात केल्यानंतर प्रारंभी मुलांना शिकवणं त्यांना खूप कठीण गेलं. कारण त्यांच्यासाठी हा एक नवीन पेशा होता. परंतु नंतर विद्यार्थ्यांना शिकवणं त्यांच्यासाठी आनंददायी बनलं. त्यांना शिकवण्यासाठी प्रारंभिक यांत्रिकी (Introduction of Mechanics) उष्णता आणि यांत्रिक काम यांच्या परस्परसंबंधाचे शास्त्र (Thermodynamics), उष्णतेचा अणुगती सिद्धान्त (Kinetic Theory of Heat), विद्युत, चुंबकत्व आणि सैद्धान्तिक भौतिक क्षेत्रातील असे निवडक विषय दिले गेले होते.

त्यांच्या हान्स टॅनर (Hans Tanner) नावाच्या विद्यार्थ्याने सांगितलं, 'आईन्स्टाईन यांची शिकवण्याची हातोटी इतरांपेक्षा वेगळी होती. ते ना इतर प्राध्यापकांप्रमाणे शिकवत, ना त्यांच्याप्रमाणे व्यवहार करत. जो विषय ते शिकवायचे, त्या विषयाची टिपणं नेहमी छोट्या कागदाच्या तुकड्यांवर लिहून आणत असत. एखाद्या विद्यार्थ्याला काही शंका असेल, शिकवलेलं समजत नसेल, तर अशा वेळी विद्यार्थ्यांना लेक्चर थांबवून मध्येच प्रश्न विचारण्याची मुभा असे. सर्व विद्यार्थ्यांशी त्यांचे संबंध मित्रत्वाचे होते. ते कधी एखाद्या विद्यार्थ्याबरोबर कॉफी पिताना दिसायचे, तर कधी ग्रंथालयात बसून विज्ञानातील अनेक विषयांवर चर्चा करताना दिसायचे. काही वेळा तर ते विद्यार्थ्यांसमवेत चालता-फिरता चर्चा करताना दिसत.'

इ. स. १९०९ साली जिनेव्हा विश्वविद्यालयाला ३५० वर्षं पूर्ण झाली. त्या निमित्ताने विश्वविद्यालयाद्वारे एक समारंभ आयोजित करण्यात आला होता. आईन्स्टाईन यांना या कार्यक्रमात सहभागी होण्यासाठी निमंत्रण देण्यात आलं होतं. तिथे त्यांना 'डॉक्टरेट' ही मानाची उपाधी प्रदान करण्यात आली. त्याच वर्षी एप्रिलमध्ये आईन्स्टाईन यांनी ब्राउनियन

गतीशी संबंधित जो शोधप्रबंध ज्यूरिक विश्वविद्यालयाकडे पाठवला होता, तो त्याच वर्षाच्या मध्यंतरी स्वीकारला गेला. आईन्स्टाईन यांनी तोदेखील 'आनालेन डर फिजिक' या नियतकालिकाकडे प्रकाशित करण्यासाठी पाठवला. तो पुढील वर्षाच्या सुरुवातीलाच प्रकाशित करण्यात आला.

मनुष्याचे चांगले विचार आणि चांगली संगत याच गोष्टी त्याच्या प्रगतीचं द्वार उघडतात, असं आईन्स्टाईन यांचं मत होतं. या दोन्ही गोष्टी आपल्या जीवनात अतिशय महत्त्वाच्या आहेत. ते कोणतंही काम छोटं अथवा मोठं मानत नव्हते. त्यांचं म्हणणं होतं, **प्रत्येक काम संपूर्ण निष्ठेने आणि प्रामाणिकपणे केलं तरच आपण एक बुद्धिमान मनुष्य बनू शकतो.**

१३

प्राग विश्वविद्यालयाकडून प्रस्ताव

अल्बर्ट आईन्स्टाईन ज्यूरिकमध्ये एक वर्ष राहिले. इ.स. १९१०मध्ये त्यांना प्राग (Prague) विश्वविद्यालयाकडून प्राध्यापक पदासाठी प्रस्ताव आला. त्यावेळी 'प्राग'ला युरोपमधील सर्वांत जुनं विश्वविद्यालय समजलं जात असे. या विश्वविद्यालयाचे दोन विभाग होते. त्यापैकी एक होता जर्मन तर दुसरा चेक. आईन्स्टाईन यांना जर्मन विभागाकडून प्राध्यापकपदाच्या नोकरीचा प्रस्ताव आला होता. हे एक पूर्ण वेळ प्राध्यापकाचं पद होतं. यात पूर्वीपेक्षा काही अधिक सुविधा प्रदान करण्यात येणार होत्या. आईन्स्टाईन यांच्यासारख्या प्रतिभासंपन्न व्यक्तीने त्यांच्या संस्थेत काम करावं, अशी तेथील काही उच्चपदस्थ अधिकाऱ्यांची इच्छा होती. तसंही भौतिक शास्त्रातील कित्येक संशोधकांना त्यांची योग्यता माहीत होती. त्यामुळे त्यांना बिनविरोध पाठिंबा देण्यात आला.

मार्च १९११ मध्ये अल्बर्ट आईन्स्टाईन यांची प्राग विश्वविद्यालयातील थिअरॉटिकल फिजिक्सच्या प्राध्यापकपदावर नियुक्ती करण्यात आली.

त्यांचं येथील मानधन हे ज्यूरिकच्या तुलनेत दुप्पट करण्यात आलं होतं. त्यांनी मेकॅनिक्स आणि थर्मोडायनामिक्स अशा विषयांचंदेखील अध्यापन करावं, अशी अट घातली गेली होती. त्यांच्यावर वर्षातून एक वेळा एक मोठा सेमिनार आयोजित करण्याची जबाबदारीदेखील सोपवली गेली. या प्रस्तावावर ते जास्त विचारविनिमय करू शकले नाहीत. कारण हा प्रस्ताव त्या वेळच्या परिस्थितीनुसार खूपच आकर्षक होता. मार्च १९११मध्ये आईन्स्टाईन यांनी ज्यूरिक विद्यालयाकडे आपला राजीनामा सुपुर्द केला. त्यानंतर ते आपल्या कुटुंबासह प्राग येथे रवाना झाले. प्रागमध्ये आल्यानंतर प्रथमच त्यांनी एक आलिशान आणि हवेशीर घर घेतलं.

प्रागमध्ये आईन्स्टाईन यांची कित्येक नव्या प्रतिभासंपन्न व्यक्तींची भेट झाली. त्यांपैकी जॉर्ज पिक (George Pick) नावाच्या एका गणिततज्ज्ञाला भौतिक शास्त्रात अतिशय रुची होती. त्यांना आईन्स्टाईन यांच्याशी भौतिक आणि दार्शनिक विषयांवर चर्चा करायला फार आवडत असे. जॉर्ज पिक यांनादेखील आईन्स्टाईन यांच्याप्रमाणेच व्हायोलिन वाजवण्याची आवड होती. त्यांच्या माध्यमातून आईन्स्टाईनदेखील प्राग येथील कित्येक संगीतप्रेमींना भेटले. सापेक्षता सिद्धान्त प्रतिपादित केल्यानंतर ते व्यापक सापेक्षता सिद्धान्ताच्या कार्यात गुंतले होते. या कार्यात त्यांना जॉर्ज पिक यांनी खूप मदत केली. 'आपल्या सिद्धान्तासाठी सुप्रसिद्ध गणिततज्ज्ञ ग्रेगोरिओ रिच्ची कुर्बास्त्रो (Gregorio Richi Kurbastro) आणि तुलिओ लेवी सिविता (Tullio Levi Civita) यांच्याद्वारे झालेले गणिती शोध उपयुक्त पडतील,' असा सल्ला जॉर्ज पिक यांनी आईन्स्टाईन यांना दिला.

नव्या लोकांच्या श्रेणीत आईन्स्टाईन यांची मॅक्स ब्रॉड (Max Brod) नावाच्या कादंबरीकाराशी भेट झाली. मॅक्स ब्रॉड त्या काळी आपल्या काही विशेष कार्यासाठी विज्ञान क्षेत्रातील मोजक्या खास व्यक्तींचं मानसशास्त्रीय

दृष्टिकोनातून चरित्र-चित्रण (Character sketch) करण्याचं कार्य करत होते. ते त्यांच्या 'The Redemption of Tycho Brahe' या कादंबरीचं लेखन करत होते, तेव्हा त्या कादंबरीतील 'केपलर' नावाच्या पात्राच्या चरित्र-चित्रणासाठी आईन्स्टाईनच्या व्यक्तिमत्त्वाकडून खूप प्रेरणा मिळाली होती. ती कादंबरी प्रकाशित झाल्यानंतर जर्मनीतील एक शास्त्रज्ञ आईन्स्टाईन यांना म्हणाले, 'ही कादंबरी वाचल्यानंतर असं वाटतं, की यात केपलर म्हणजे तुम्ही स्वतःच आहात.'

प्राग विश्वविद्यालयातील आईन्स्टाईनच्या मित्रांच्या सूचीमध्ये मॉरिस विंटरनिट्ज (Morris Winternitz) यांचंदेखील नाव येतं. मॉरिस विंटरनिट्ज तिथे संस्कृतचे प्राध्यापक होते. दोघांमध्ये घनिष्ठ मैत्री होती. ते आपला फावला वेळ एकत्र घालवत आणि जीवनातील सर्व पैलूंवर चर्चा करत. आईन्स्टाईन कधी कधी त्यांच्या निवासस्थानीही जात असत. मॉरिस विंटरनिट्ज यांना पाच मुलं होती. ती आईन्स्टाईनशी प्रेमाने वागत. त्यांच्यासोबत मिळून मिसळून राहत होती. आईन्स्टाईन त्यांच्या घरी जाताना व्हायोलिन घेऊन जात आणि तिथे वाजवत असत.

प्राग विश्वविद्यालयात एक वर्ष काम केल्यानंतर पुढच्याच वर्षी त्यांना पुन्हा ज्यूरिक पॉलिटेक्निककडून आमंत्रण आलं. इ.स. १९१२ मध्ये पुन्हा एकदा ते ज्यूरिकला स्थायिक झाले. ते साप्ताहिक स्तरावर काही बैठकांचं आयोजनदेखील करत. त्या बैठकांमध्ये भौतिक क्षेत्रातील सुरू असलेल्या नवनव्या शोधकार्यांच्या विषयांची माहिती देण्यात येत होती. त्या बैठकांमध्ये त्यांचे मित्र, विश्वविद्यालयातील विद्यार्थी आणि कित्येक अध्यापकही भाग घेत असत.

या दरम्यान इ.स. १९१३ मध्ये त्यांनी व्हिएन्नाचा प्रवासदेखील केला. तिथे त्यांनी त्यांचा सापेक्षता सिद्धान्त लोकांसमोर प्रस्तुत केला. वास्तविक त्या वेळी तो सिद्धान्त अपूर्णच होता. परंतु यातील विशेष बाबी

त्यांनी तेथील शास्त्रज्ञांसमोर मांडल्या.

प्रत्येकाने आपल्या उद्दिष्टप्राप्तीसाठी निरंतर कार्य करत राहायला हवं, असं आईन्स्टाईन यांचं मत होतं. त्यांनी नेहमी या सृष्टीचं रहस्य जाणण्याचं उद्दिष्ट बाळगलं. आपलं उद्दिष्ट साध्य करण्यासाठी आईन्स्टाईन यांनी आयुष्यभर संघर्ष केला आणि आपल्या वैज्ञानिक शोधकार्याने संपूर्ण जगाला आश्चर्यचकित केलं. 'मनुष्यात जेव्हा सतत नवीन काहीतरी करण्याची इच्छा निर्माण होईल, तेव्हा तो कला आणि विज्ञान यांच्या गहनतेत डुंबेल आणि त्यासंबंधातील सर्व रहस्यं शोधून काढेल,' असं आईन्स्टाईन यांचं मत होतं.

आईन्स्टाईनच्या कार्याने विश्वातील विज्ञानामधील शोधाचे बंद द्वार उघडले गेले. त्यांनी नवीन संशोधकांना नवनवीन संशोधन करण्यासाठी प्रेरित केलं. त्याचबरोबर कित्येक समस्यांशी सामना करत असतानाही आपल्या मार्गावर सतत वाटचाल करत राहण्याची प्रेरणा आईन्स्टाईन यांनी त्या शास्त्रज्ञांना दिली.

१४

बर्लिन येथे स्थानांतरण

भौतिक क्षेत्रात सतत सुरू असलेल्या नवनव्या शोधांमुळे या युगाला नवीन आयाम दिले. या शोधांच्या माध्यमातून वेगवेगळ्या संस्थांची निर्मिती केली गेली. त्यात मोठमोठ्या वैज्ञानिक स्तरांवरील लोकांना जोडून ठेवलं गेलं. याच दिशेने एक प्रयत्न झाला, तो म्हणजे इ.स. १९११ मध्ये बर्लिन येथे कैसर विलहेल्म गेसेल्लशाफ्ट इन्स्टिट्यूट (Kaiser Wilhelm Gesellshaft Institute) नावाची एक संस्था स्थापन केली गेली. पर्शियाच्या सम्राटाच्या इच्छेने आणि तेथील बँकर्स आणि बड्या उद्योगपतींच्या साहाय्याने या संस्थेची निर्मिती करण्यात आली. श्रेष्ठ वैज्ञानिकांना आपल्याशी जोडणं हा या संस्थेचा मुख्य उद्देश होता. ही संस्था त्या शास्त्रज्ञांना भरपूर वेतन देऊन त्यांना अध्यापनकार्यापासून मुक्त ठेवत असे. या संस्थेत वैज्ञानिकांना त्यांच्या इच्छेनुसार त्यांना, योग्य वाटेल ते शोधकार्य करण्याचं स्वातंत्र्य होतं.

या संस्थेत शास्त्रज्ञांना आपल्याशी जोडून ठेवण्याची जबाबदारी मॅक्स प्लांक आणि वाल्थेर नेर्नस्ट अशा दिग्गज लोकांवर सोपवली होती.

दोन्ही व्यक्ती आपापल्या क्षेत्रात निपुण होत्या. आईन्स्टाईनदेखील या संस्थेशी जोडले जावेत, अशी या दोघांची इच्छा होती. त्यांनी आईन्स्टाईन यांच्यासाठी काही आकर्षक प्रस्तावांची सूची बनवली, जी पुढीलप्रमाणे होती :

१) आईन्स्टाईन कैसर विल्हेल्म इन्स्टिट्यूट अंतर्गत होणाऱ्या भौतिकीय शोध संस्थेचे संचालक (Director) असतील.

२) त्यांना पर्शिया (Persia) विज्ञान अकादमीचं सदस्यत्वदेखील देण्यात येईल.

३) त्यांची बर्लिन विश्वविद्यालयात प्राध्यापकपदी नियुक्ती करण्यात येईल. त्यात त्यांना अध्यापनासाठी आपल्या आवडीनुसार विषयांची निवड करण्याची मुभा असेल.

४) ते आपल्या आवडीचं शोधकार्य वा शोधनिबंधांशी निगडित कोणतंही कार्य करू शकतात.

५) ते अन्य संस्थांशी संबंध ठेवून त्यांनाही साहाय्य करू शकतील.

मॅक्स प्लांक आणि वाल्थेर नेर्नस्ट यांनी इ. स. १९१३ मध्ये ज्यूरिक येथे जाऊन आईन्स्टाईन यांची भेट घेतली आणि त्यांचा तिथे येण्याचा उद्देश त्यांना सांगितला. आईन्स्टाईन यांनी जेव्हा त्या दोघांचा प्रस्ताव ऐकला, तेव्हा त्यांनादेखील तो अतिशयक आकर्षक वाटला. परंतु एकाएकी ते कोणताही निर्णय घेऊ शकले नाहीत. कारण त्यावेळी त्यांच्यात बर्लिनला जाण्याचा उत्साह नव्हता. त्यांची ज्यूरिकमध्येच राहण्याची इच्छा होती, त्याच वातावरणात वास्तव्य करण्याची मनापासून इच्छा होती. त्यामुळे या प्रस्तावावर विचार करण्यासाठी त्यांनी या दोघांकडे काही वेळ मागितला. त्यानंतर मॅक्स प्लांक आणि वाल्थेर नेर्नस्ट तेथून परत आले.

ते दोघे परत गेल्यानंतर आईन्स्टाईन यांनी त्या प्रस्तावावर बारकाईनं

विचार केला. हा प्रस्ताव स्वीकारला तर त्यांना, त्यांच्या सापेक्षतावादाच्या सिद्धान्ताच्या विकासासाठी खूप वेळ मिळू शकतो. त्याचबरोबर बर्लिन येथे अधिकाधिक गणिततज्ज्ञांशी त्यांची ओळखही होईल, असा विचार त्यांनी केला. ज्याची त्यांना त्यांच्या शोधकार्यात चांगलीच मदत होऊ शकेल. दुसरं असं, की त्यांची एल्सा ही चुलत बहीणदेखील बर्लिनमध्येच होती. एल्सा समवयस्क होती आणि आईन्स्टाईन आणि तिची जुनी मैत्री होती. ती आपल्या पतीपासून घटस्फोट घेऊन तिच्या वडिलांसोबत राहत होती. तिला इल्से आणि मारगॉट अशा दोन मुली होत्या. हा प्रस्ताव स्वीकारण्यामागे एल्सादेखील अंशतः कारणीभूत होती.

काही कालावधीनंतर मॅक्स प्लांक आणि वाल्थेर नेर्नस्ट पुन्हा एकदा ज्यूरिकला गेले आणि आईन्स्टाईनना भेटले. त्यावेळी आईन्स्टाईन यांनी त्यांचा प्रस्ताव स्वीकारला आणि बर्लिनला जाण्याचा निर्णय घेतला. ते इ.स. १९१४ मध्ये बर्लिनला गेले आणि एल्साला भेटल्याने खूप खूश होते. काही काळानंतर मिलेवादेखील दोन्ही मुलांसह बर्लिनला गेली. इथे आईन्स्टाईनचे मामा, इ.स. १९०१ पासूनच बर्लिनला राहत होते. शिवाय आणखी काही स्थानिक नातेवाईकही तिथे राहत होते. त्यामुळे हळूहळू ते बर्लिनच्या वातावरणात रुळले गेले. त्या वातावरणाची त्यांना सवय झाली.

बर्लिनला आल्यानंतर ते आपल्या जुन्या मित्रांच्या सतत संपर्कात असत. बर्लिनला आल्यानंतर लगेचच त्यांनी त्यांच्या पॉल एहरेनफेस्ट (Paul Ehrenfest) यांना पत्र लिहिलं आणि सांगितलं, की 'मी इथे स्थानिक नातेवाइकांसोबत खूपच आनंदात आहे. विशेषतः माझी समवयस्क चुलत बहीण एल्सा, जिच्याशी माझी जुनी मैत्री आहे, तिची पुन्हा भेट झाल्यामुळे तर मी खूपच आनंदी आहे. त्यामुळेच मी इथे राहण्याची सवय लावून घेत आहे. अन्यथा मला बर्लिनला राहायला आवडत नाही.'

कैसर विल्हेम गेसेल्लशाफ्ट इन्स्टिट्यूटमध्ये कामाला सुरुवात केल्यानंतर

आईन्स्टाईन यांची दिनचर्यादेखील बदलू लागली. तिथे आठवड्यातून एकदा भौतिक विज्ञानाशी संबंधित विषयांवर चर्चासत्राचं आयोजन करण्यात येत असे. कित्येक शास्त्रज्ञ या चर्चासत्रात सहभागी होण्यासाठी येत असत. त्यातील बहुसंख्य शास्त्रज्ञ आईन्स्टाईन यांचे मित्र बनले. चर्चासत्रात येणारा प्रत्येक संशोधक आपापल्या विषयावर लिहिलेल्या शोधनिबंधाची संपूर्ण माहिती सर्वांना देत असत. आईन्स्टाईनदेखील सर्वांचे शोधनिबंध लक्षपूर्वक ऐकत आणि त्याच्यावर बारकाईने विचार करत. या चर्चासत्रात प्रत्येक जण सहजपणे आपली मतं मांडू शकत होते.

आईन्स्टाईन सहज, साधं जीवन जगायचे. त्यांना बाह्य थाटमाट आवडत नसे. त्या काळी ज्यू लोकांना कमी लेखलं जात असे आणि आईन्स्टाईन तर ज्यू कुटुंबातीलच होते. त्यामुळे कोणते कपडे परिधान करायला हवेत, बाह्य जगात चांगलं कसं राहावं, याविषयी कोणी सल्ला देऊ लागलं, की त्यांच्या रागाचा पारा चढत असे. त्यांचा संयम सुटत असे. त्यांच्या राहणीमानात साधेपणा होता. त्यामुळे श्रीमंतांसारखा पैशाचा दिखावा करणं त्यांना आवडत नसे. वेळोवेळी मित्रांना लिहिलेल्या पत्रांमधून या बाह्य दिखाऊपणाविषयी ते आपली मत व्यक्त करत असतं.

वेळेचा उपयोग

एकदा बर्लिनचे प्रसिद्ध चित्रकार सर विल्यम रोथेंस्तीन (Sir William Rothenstein) यांना आईन्स्टाईनचं एक चित्र रेखाटायला सांगितलं. त्यासाठी आईन्स्टाईन यांना काही दिवस दररोज त्यांच्या स्टुडिओमध्ये जावं लागत असे. त्यांच्यासोबत एक वृद्ध गृहस्थदेखील तिथे येत. ते स्टुडिओमध्ये जाऊन गुपचूप एका कोपऱ्यात बसून काही लिहीत असत. आईन्स्टाईन यांना वेळ वाया घालवणं जराही आवडत नसे. त्यामुळे तिथे बसून ते आपल्या परिकल्पना आणि सिद्धान्त यांवर विचार करत आणि त्या गृहस्थाशी चर्चाही करत. ते गृहस्थ त्यांच्या प्रश्नांचं उत्तर केवळ मान

डोलावून देत असत. त्यांचं स्टुडिओमधील काम संपल्यानंतर रोथेंस्तीन यांनी आईन्स्टाईनकडे त्या गृहस्थाविषयी चौकशी केली. त्यावर आईन्स्टाईन उत्तरले, 'ते गृहस्थ मोठे गणिततज्ज्ञ आहेत. मी माझ्या संकल्पनांची सत्यता गणितीय आधारावर तपासण्यासाठी त्यांची मदत घेतो. कारण गणितात मी थोडा कच्चा आहे.'

आता बर्लिनमध्ये विश्वयुद्ध सुरू झालं होतं. आईन्स्टाईन यांना युद्ध आणि कवायत करत चाललेलं सैन्य अजिबात आवडत नसे. मात्र आता बर्लिन शहरातील रस्त्यांवर संचलन करत चाललेल्या सैन्याच्या तुकड्या दिसू लागल्या. दिवसेंदिवस तेथील वातावरण बिघडू लागलं. युद्धामुळे आईन्स्टाईन आपल्या परिचितांना आणि मित्रांनादेखील भेटू शकत नव्हते.

घरात बसून आईन्स्टाईन विज्ञानातील गुंता उकलण्यात पूर्णपणे मग्न होत असल्याने बाहेरचं सर्वकाही विसरून जात असे. समस्यांवरील उपाय शोधण्यासाठी ते तासन्तास एकाच अवस्थेत बसून राहत असत. त्यावेळी त्यांना स्थळ, काळ इतकंच नव्हे, तर स्वतःच्या शरीराचंही भान राहत नसे. त्यांना जर बाथरूममध्ये एखादा विचार आला, तर कित्येक तास ते बाथरूममधून बाहेरच येत नसत. आपलं काम पूर्ण करूनच ते जेव्हा प्रयोगशाळेतून बाहेर पडत, तेव्हा काही मिनिटांतच ते घरून प्रयोगशाळेत जात आहेत, की प्रयोगशाळेतून घरी हेच विसरून जात. इतकंच काय, ज्या लोकांना त्यांनी भेटण्याची वेळ दिलेली असायची, त्यांना भेटायचंदेखील ते विसरून जात. त्यांची पत्नी मिलेवा हिला आपल्या पतीची ही अवस्था सहन होत नसे.

त्यांच्यासाठी केवळ गणित आणि विज्ञान यांनाच प्राधान्य आहे, पत्नी आणि मुलं यांना दुय्यम स्थान आहे, अशी मिलेवाची आईन्स्टाईनविषयी तक्रार होती. अशा स्थितीत मिलेवाला आईन्स्टाईन यांच्यासोबत राहणं कठीण झालं. त्यामुळे तिने आपल्या दोन्ही मुलांना घेऊन ज्यूरिकला

जाण्याचा निर्णय घेतला. आईन्स्टाईन यांना आतून मिलेवा आणि मुलं हवीहवीशी वाटायची. परंतु ते आपला स्वभावही बदलू शकत नव्हते. अशा परिस्थितीत दोघांना विभक्त व्हावं लागलं. आईन्स्टाईन यांनी मुलांच्या भवितव्याचा विचार करून आपला निम्मा पगार मिलेवाला देण्याचं वचन दिलं आणि ते त्यांनी आयुष्यभर निभावलं.

मिलेवापासून विभक्त झाल्यानंतर आईन्स्टाईन अतिशय मुक्त झाले. आता त्यांना कशाचंही बंधन उरलं नव्हतं. एल्साला वारंवार भेटणं त्यांना शक्य होऊ लागलं होतं. कौटुंबिक त्रासातून मुक्त होऊन आईन्स्टाईन आता आपले वैज्ञानिक शोध आणि प्रयोग करण्यासाठी स्वतंत्र झाले होते.

१५

एल्साशी विवाह

एल्सा आईन्स्टाईनच्या काकांची मुलगी होती. तिचा जन्म १८ जानेवारी, १८७६ या दिवशी जर्मनीतील उल्म शहरात झाला होता. आईन्स्टाईन तिला बालपणापासूनच चांगल्या प्रकारे ओळखत होते. ते जेव्हा बर्लिनला आले, तेव्हा ते स्थानिक नातेवाइकांप्रमाणेच एल्सालाही भेटले. त्यानंतर त्यांच्यात प्रेमपत्रांचं आदान-प्रदान सुरू झालं. त्यातून ते एकमेकांच्या निकट येत गेले.

आईन्स्टाईनचे, पहिली पत्नी मिलेवा हिच्याशी वैवाहिक संबंध संपुष्टात येण्याच्या मार्गावर होते. तसंही पहिलं विश्वयुद्ध सुरू होताच इ.स. १९१४ मध्ये मिलेवा आपल्या दोन मुलांसमवेत ज्यूरिकला परतली होती. कायद्यानुसार त्यांचा इ.स. १९१९मध्ये घटस्फोट झाला होता. मिलेवाशी कायदेशीर घटस्फोट झाल्यानंतर लगेचच २ जून, १९१९ला ते एल्साशी विवाहबद्ध झाले. त्या दोघांमध्ये बऱ्याच गोष्टींचं साम्य होतं. त्यामुळे त्या दोघांचं वैवाहिक जीवन अतिशय चांगल्या प्रकारे व्यतीत झालं. एल्सा जितका काळ आईन्स्टाईनसोबत राहिली, तितका काळ तिने सतत त्यांची

सेवा केली, असं तिच्याबद्दल सांगितलं जातं.

त्यांचं बर्लिनमधील वास्तव्याचं स्थान हे विविध व्यावसायिक आणि विचारवंत लोकांसाठी एकत्र येण्याचं स्थान बनत गेलं. एक भाड्याने घेतलेला 'हाबेरलांडस्ट्रास्से ५' (Haberlandstrasse) या स्थानी तो फ्लॅट होता. तो फ्लॅट पश्चिम बर्लिनमधील बवारिया नावाच्या एका नव्या आणि संपन्न कॉलनीमध्ये स्थित होता. त्याच्या अगदी समोरच एक चौकदेखील होता. तो फ्लॅट एका रशियन व्यक्तीचा होता. फ्लॅटचा मालक आईन्स्टाईन यांचा खूप मोठा चाहता होता. आईन्स्टाईन आपल्याला भाडेकरू म्हणून लाभले म्हणून त्याला अतिशय आनंद झाला. या फ्लॅटमध्ये एकूण आठ खोल्या होत्या. इथे आईन्स्टाईन आपली दुसरी पत्नी एल्सा, इल्से व मारगॉट या दोन मुली आणि कामवाली यांच्यासमवेत राहत असत.

या इमारतीच्या चौथ्या मजल्यावर आईन्स्टाईन यांचा फ्लॅट होता. या इमारतीच्या छतावर त्यांचा अध्ययन कक्ष होता. या कक्षाला त्यांनी एक खिडकीदेखील बनवली होती. आईन्स्टाईनच्या या फ्लॅटमध्ये कोणतीही सजावट केलेली नव्हती. घरातील फर्निचर जुनं आणि अतिशय साधं होतं. आईन्स्टाईन यांनी त्यांच्या घरात ग्रंथालयदेखील बनवलं होतं. त्या ग्रंथालयाकडे पाहूनच या घरात राहणाऱ्या व्यक्तीचा पेशा कोणता आहे, याविषयी अनुमान लावणं सहज शक्य होत होतं. घरातील इतर खोल्यांमध्येदेखील कोणतंही खास सामान नव्हतं. अध्ययन कक्षात जाण्यासाठी शिडी चढून वर जावं लागत असे. तिथे दोन खुर्च्या, एक सोफा आणि पुस्तकं ठेवण्यासाठी काही शेल्फ ठेवले होते. या खोलीच्या भिंतीवर न्यूटन यांचं एक पोर्ट्रेटदेखील लटकवलं होतं. या अध्ययन कक्षात खिडकीच्या जवळ एक टेबल ठेवण्यात आलं होतं, त्यावर लाल आणि पांढऱ्या रंगाचा टेबल क्लॉथ आच्छादलेला असे. या टेबलवर नेहमी काही पुस्तकं, पत्रं-नियतकालिकं, पेन-पेन्सिल अशा वस्तू ठेवलेल्या असायच्या.

त्यांच्या खोलीमध्ये एका यहुदी धर्मगुरूंची मूर्तीदेखील होती.

हळूहळू आईन्स्टाईनच्या डोक्यावरील केस झडू लागले होते. एल्सा त्यांना कांदा खायला सांगत असे. कारण कांदा खाल्ल्याने माणसाचे केस कमी गळतात. त्यांची कामकाजाची रीतदेखील इतरांपेक्षा वेगळी होती. त्यांचा फाउंटन पेन हीच त्यांची प्रयोगशाळा होती. या त्यांच्या अनोख्या प्रयोगशाळेचा ते कुठेही उपयोग करू शकत होते. ते दररोज सकाळी आठ वाजता उठून आपल्या दिनचर्येला प्रारंभ करत.

'तुम्ही किती तास काम करता?' असं जर एखाद्या परिचितानं त्यांना विचारलं, तर या प्रश्नाचं उत्तर देणं त्यांना कठीण जात असे. आईन्स्टाईन यांच्यासाठी विचार करणं हेच काम होतं. ते स्नानासाठी स्नानगृहात जात तेव्हा नेहमी दरवाजा बंद करायला विसरत असत. स्नानापूर्वी काही वेळ ते पियानोवर आपल्या आवडीची धून वाजवत असत.

आईन्स्टाईन अध्ययन कक्षात गेल्यानंतर एल्सा त्यांच्या पोस्टाने आलेल्या पत्रांची विभागणी करत. आता त्यांच्याकडे जगाच्या कानाकोपऱ्यातून बरीच पत्रं येऊ लागली होती. कधी एखादा आपली जिज्ञासा शमवण्यासाठी त्यांच्याकडे मदत मागायचा, तर कधी एखादा राजकारणी त्याच्या समस्यांवर विचार-विमर्श करत असे. नवनवीन संशोधकही आपल्या शोधाची माहिती त्यांना पत्राद्वारे पाठवत. तसंच काही सामाजिक अथवा तांत्रिकी कार्यकर्तेदेखील वेगवेगळ्या विषयावर त्यांची मदत मागत असत. इतक्या पत्रांचा ढीग पाहून आईन्स्टाईन वैतागून जात असत. त्यामुळे पोस्टमनलाच ते आपला वैरी मानू लागले होते. या सर्व पत्रांची वर्गवारी करण्यात एल्साचा खूप वेळ जात असे. परंतु आईन्स्टाईन वेळ काढून स्वतः या पत्रांना उत्तरं द्यायचे.

आता त्यांच्या नावाची चर्चा हळूहळू दूरवर पसरू लागली होती. लोकांनी आपल्या मुलांचं नाव 'अल्बर्ट' ठेवायला सुरुवात केली होती.

कित्येक कंपन्या त्यांच्या ब्रँडला त्यांच्याशी संबंधित गोष्टींची नावं देऊ लागली होती. ते जेव्हा कामकाजापासून दूर राहत, तेव्हा नौकाविहारासाठी जात असत. नावेत बसून ते आनंदात समय व्यतीत करायचे. कारण हीच ती वेळ होती, जिथे त्यांना इतर कोणीही त्रस्त करू शकत नसे. त्यांना कोणत्याही खेळाची आवड नव्हती. कोणताही खेळ खेळण्यासाठी अत्याधिक शारीरिक श्रमाची आवश्यकता भासते. परंतु नौकाविहारासाठी त्या मानाने शारीरिक श्रमाची आवश्यकता भासत नाही, असं त्यांचं प्रांजळ मत होतं.

आईन्स्टाईन यांचं हे नवं कुटुंब बर्लिनला १५ वर्षं राहिलं. त्यांनी हा फ्लॅट ६ डिसेंबर, १९३२ या दिवशी सोडला आणि ते अमेरिकेत गेले. इ.स. १९३३ मध्ये जर्मनीवर हिटलरचं राज्य सुरू झालं होतं. त्यामुळे त्यांचं सर्व सामान जप्त करण्यात आलं. दुसरं विश्वयुद्ध सुरू होताच बर्लिनमधील त्यांच्या निवासस्थानासह कित्येक इमारती नष्ट झाल्या होत्या.

भाग ४

सापेक्षता सिद्धान्तासाठी प्रवास

१६

परदेश प्रवास

आईन्स्टाईन आणि त्यांच्या सिद्धान्तांची चर्चा आता जगभर होऊ लागली होती. वैज्ञानिक जगतातील प्रत्येक व्यक्ती त्यांना भेटण्यासाठी उत्सुक असायची. हे लोक कोणत्या ना कोणत्या कारणाने त्यांच्या संपर्कात येण्याचा प्रयत्न करत. मॉर्सेल ग्रासमान यांना पाठवलेल्या एका पत्रात आईन्स्टाईन यांनी लिहिलं, 'आता प्रत्येक वेटर आणि ड्रायव्हर 'सापेक्षता सिद्धान्त' योग्य आहे, की अयोग्य याविषयी माझ्याशी वादविवाद करू लागला आहे.'

सापेक्षता सिद्धान्त लोकांना समजत नव्हता. त्यामुळे आईन्स्टाईन यांच्याबद्दलचं गूढ आणखी वाढत चाललं होतं. त्यांचे चाहते अनेक होते. परंतु त्यांना समजून घेणारे विरळाच. आईन्स्टाईन यांना त्यांच्या सिद्धान्तांवर पूर्ण विश्वास होता. कारण ते सिद्धान्त तर्क आणि गणित यांच्या यथार्थ नियमांवर आधारित होते, हे या विश्वासामागचं प्रमुख कारण होतं. परंतु बहुसंख्य लोकांना ते समजत नव्हतं. मग आईन्स्टाईन यांच्या लक्षात आलं, की आपला सापेक्षता सिद्धान्त समजण्यासाठी लोकांना त्याच्याशी संबंधित

प्राथमिक बाबींचं, त्याविषयी असलेल्या धारणांचं ज्ञान असणं अत्यंत गरजेचं आहे. वैज्ञानिक शोधविषयक पत्र-पत्रिकांद्वारे तो जनसामान्यांना समजून घेता येत नाही, याची जाणीव त्यांना झाली. त्यासाठी त्यांनी अनेक देशांमध्ये प्रवास केला. तिथे त्यांनी चर्चासत्रं आयोजित केली, भाषणं दिली. अशा प्रकारे त्यांचे हे परदेश दौरे निरंतर चालू राहिले. त्यांचा सतत निरनिराळ्या देशात प्रवास चालू होता.

हॉलंड-नेदरलँडचा प्रवास

इ.स. १९२०मध्ये आईन्स्टाईन जेव्हा हॉलंड म्हणजेच नेदरलँडच्या दौऱ्यावर गेले, तेव्हा तिथे त्यांनी सापेक्षता सिद्धान्तावर एक व्याख्यान दिलं. सापेक्षता सिद्धान्तामध्ये 'इथर'* सारखं माध्यम तात्पुरत्या स्वरूपात स्वीकारलं जाऊ शकतं, असं त्यांचं म्हणणं होतं. त्यांना लाइडेन विश्वविद्यालयात भाषण देण्यासाठी आमंत्रित केलं गेलं होतं. तिथे पॉल एहरेनफेस्ट आणि हेन्द्रिक लॉरेंट्झ हे त्यांचे पूर्वपरिचित मित्रदेखील उपस्थित होते.

एहरेनफेस्ट यांच्याशी आईन्स्टाईन यांचे घनिष्ठ संबंध होते. ते ज्या ज्या वेळी बर्लिनहून लाइडेनला येत, त्या त्या वेळी ते एहरेनफेस्ट यांच्याच घरी मुक्काम करत. तिथे त्यांना त्यांच्या आवडीचं जेवण मिळत असे. एहरेनफेस्ट आणि त्यांची पत्नी हे दोघेही आईन्स्टाईन आणि एल्साचा अगदी मनापासून पाहुणचार करत असत. आईन्स्टाईन नेहमी त्यांच्या घराचा दरवाजा ठोठावताना म्हणत, **'माणसाला एक बिछाना, एक टेबल, एक खुर्ची आणि एक व्हायोलिन यांच्याशिवाय आणखी काय हवं?.'**

चेकोस्लोव्हाकियाचा दौरा

पुढच्याच वर्षी म्हणजे इ.स.१९२१मध्ये आईन्स्टाईन प्रागच्या

**त्या काळी वैज्ञानिकांनी प्रकाशाच्या गतीसाठी विचित्र माध्यमाची कल्पना केली, के जिरे सर्व ब्रह्मांड व्यापलं होतं, त्या माध्यमाला ईथर हे नाव दिलं गेलं.*

(चेकोस्लोव्हाकियाच्या) दौऱ्यावर गेले. तेथील 'यूरेनिया' (Urania) या वैज्ञानिक संस्थेने आईन्स्टाईन यांना एका सभेत व्याख्यान देण्यासाठी आमंत्रित केलं होतं. याचं आयोजन फिलिप फ्रांक (Philip Frank) नावाच्या दांपत्याच्या देखरेखीखाली करण्यात आलं होतं. त्यांनी आईन्स्टाईन यांचं मनापासून स्वागत केलं. प्रागला आल्यानंतर ते पुन्हा एकदा आपल्या जुन्या आठवणींमध्ये गढून गेले. ते जेव्हा यूरेनिया संस्थेद्वारे आयोजित सभागृहात व्याख्यानासाठी पोहोचले, तेव्हा तो हॉल श्रोत्यांनी खचाखच भरला होता. तिथे त्यांच्याशिवाय अन्य विशेष अतिथीदेखील उपस्थित होते. सर्वांनी क्रमाक्रमानं भाषण द्यायला सुरुवात केली. आईन्स्टाईनची भाषण देण्याची वेळ आली, तेव्हा त्यांनी भाषणाला सुरुवात न करता आपल्या व्हायोलिनद्वारे एक मधुर संगीताची धून वाजवली. ती ऐकून श्रोते मंत्रमुग्ध झाले. त्यानंतर त्यांनी त्यांच्या सिद्धान्तावर भाषण केलं.

ऑस्ट्रिया दौरा

पुढे प्राग येथून ते व्हिएन्नाला (ऑस्ट्रियाला) गेले. तिथे एका भव्य संगीत सभागृहात त्यांचं व्याख्यान आयोजित करण्यात आलं होतं. येथील व्याख्यानादरम्यान एक मजेशीर घटना घडली. इथे आईन्स्टाईन यांची राहण्याची व्यवस्था ऑस्ट्रियामधील भौतिक शास्त्रज्ञ फेलिक्स एहरेनहाफ्ट (Felix Ehrenhaft) यांच्याकडे करण्यात आली होती. त्यावेळी दोघांमध्ये अनेक विषयांवर चर्चा होत असे. व्याख्यान देताना आईन्स्टाईन आकर्षक दिसावेत अशी फेलिक्स एहरेनहाफ्ट यांच्या पत्नीची इच्छा असायची. कारण ती स्वतः ऑस्ट्रियामधील महिलांच्या शिक्षणव्यवस्थेची एक संघटना चालवत होती. आईन्स्टाईन यांनी इस्त्री केलेली पॅन्ट घालून सभागृहात जावं म्हणून त्यांनी त्यांच्या दोन पॅन्टपैकी एका पॅन्टला इस्त्री केली. परंतु आईन्स्टाईन तर दैनंदिन जीवनातील कित्येक गोष्टीही विसरून जात असत. आपल्या याच स्वभावामुळे ते त्या दिवशी इस्त्री न केलेली पॅन्ट परिधान करून सभागृहात गेले.

त्यावेळी आईन्स्टाईन यांनी तीन हजार श्रोत्यांसमोर आपलं व्याख्यान प्रस्तुत केलं. आपल्या व्याख्यानात त्यांनी सापेक्षता सिद्धान्तातील सूक्ष्म गोष्टी श्रोत्यांना सांगितल्या. त्याचबरोबर त्यांनी आपल्या गतकाळातील काही किस्सेदेखील श्रोत्यांना ऐकवले.

अमेरिका दौरा

त्याचवर्षी आईन्स्टाईन यांना अमेरिकेला जाण्यासाठी वेळ मिळाला. यहुदी राष्ट्रीय फंड आणि जेरुसलेम येथील हिब्रू विश्वविद्यालयासाठी फंड गोळा करणं, हा या दौऱ्याचा मुख्य उद्देश होता. ते १ एप्रिल, १९२१ला न्यूयॉर्कला पोहोचले. तिथे बंदरावरच पत्रकारांनी आणि लोकांनी त्यांना घेरून टाकलं. त्यावेळी त्यांना बाहेर पडणंही कठीण झालं होतं. अमेरिकेतील व्याख्यानात ते म्हणाले-

'मागील दोन हजार वर्षांमध्ये यहुदींकडे एकमेव सामुदायिक वारसा होता, तो म्हणजे त्यांचा भूतकाळ. यहुदींनी अतिशय कष्टाने आपला वारसा जतन केल्याने, आपल्या परंपरांचा सांभाळही त्यांनी केला आहे. यहुदींनी वैयक्तिक स्तरावर मोठमोठी कार्यं केली आहेत. परंतु आता त्यांच्यात सामुदायिक स्तरावर कार्य करण्याची शक्तीच उरली नाही, असं वाटतं. पण आता सर्वकाही बदलत आहे. फिलिस्तानच्या निर्मितीसाठी यहुदींनी एकत्रितपणे अतिशय महत्त्वपूर्ण भूमिका बजावली आहे, असं इतिहासात डोकावल्यानंतर आपल्याला आढळतं. मी अमेरिकेत मागील काही काळापासून हिब्रू विश्वविद्यालयासाठी काही साधनसामग्री जमवण्याच्या प्रयत्नात आहे. चिकित्सा विभागासाठी निधी जमा करण्याचं कार्य अमेरिकेतील डॉक्टर्सनी केलं आहे, त्यासाठी अमेरिकेतील सर्व डॉक्टर्स धन्यवादाला पात्र ठरतात. आता लवकरच या दिशेने कार्य सुरू होईल.'

तिथेच पत्रकारांनी त्यांना आपल्या प्रश्नांच्या जाळ्यात पकडलं. पत्रकारांनी त्यांना सापेक्षता सिद्धान्त थोडक्यात स्पष्ट करावा, अशी विनंती

केली. पत्रकारांना दिलेल्या उत्तरार्थ ते म्हणाले,

'तुम्ही जर माझं उत्तर गंभीरपणे घेणार नसाल, त्याला एक थट्टेचा विषय समजाल, तर त्याविषयी मी तुम्हाला सांगतो. ब्रह्मांडात सर्व भौतिक वस्तू गायब होतात, तेव्हादेखील आकाश आणि काळ यांचं अस्तित्व कायम राहील असं पूर्वी मानलं जात असे. परंतु सापेक्षता सिद्धान्तानुसार वस्तू गायब झाल्यानंतर आकाश आणि काळदेखील गायब होतील.'

आईन्स्टाईन जोपर्यंत अमेरिकेत राहिले, तोपर्यंत ते दररोज कुठे ना कुठे व्याख्यानाला जात असत. प्रिन्सटन विश्वविद्यालयात त्यांनी सर्वांत महत्त्वपूर्ण व्याख्यानं दिली होती. हे व्याख्यान दीर्घकाळ चाललं होतं. शिवाय यात सापेक्षता सिद्धान्ताची सर्वांत चांगली व्याख्या केली गेली होती. नंतर हे व्याख्यान पुस्तकरूपातही प्रकाशित झालं. अमेरिका दौऱ्यावरून परतल्यानंतर जर्मनीमध्ये त्यांच्या सिद्धान्तांचा विरोध करणाऱ्या शक्तींनी शीघ्र गतीने त्यांच्या प्रतिक्रिया व्यक्त करायला सुरुवात केली. त्यांना परदेशात मिळालेल्या सन्मानामुळे या प्रतिक्रिया वाऱ्यासारख्या पसरू लागल्या.

इ.स. १९३० मध्ये इंग्लंड दौऱ्यावरून परतल्यानंतर ते पुन्हा एकदा अमेरिकेला रवाना झाले. तिथे पासादेना (Pasadena) या ठिकाणी कॅलिफोर्निया इन्स्टिट्यूट ऑफ टेक्नॉलॉजीमध्ये (California Institute of Technology) त्यांना अतिथी प्राध्यापक म्हणून आमंत्रित केलं होतं. आईन्स्टाईन यांनी ते निमंत्रण लगेच स्वीकारलं. मात्र या दौऱ्यात एल्सादेखील त्यांच्यासोबत होती. तिथे बंदरावर उतरताच पत्रकारांनी त्यांना वेगवेगळ्या प्रश्नांनी भंडावून सोडलं. ती उत्तरं देताना त्यांच्या नाकी नऊ आले. तेथून दुसऱ्या दिवशी ते पासादेनाला रवाना झाले. तिथे त्यांचं व्याख्यान आयोजित करण्यात आलं होतं. पासादेना इथे वेगवेगळ्या ठिकाणी समारंभ

आणि चर्चासत्रांचं आयोजन करण्यात आलं होतं. त्यात अमेरिकेतील प्रसिद्ध भौतिकतज्ज्ञ मिल्टन हुमासॉन (Milton Humason), एडविन हबल (Edwin Hubble), चार्ल्स जॉन (Charles John), अल्बर्ट मायकेलसन (Albert Michelson), वालेस कॉम्पबेल (Walace Campbell) आणि वाल्टेर सिडनी ॲडम्स (Walter Sidney Adams) इत्यार्दींचा समावेश होता.

आईन्स्टाईन आणि त्यांची पत्नी एल्सा यांच्यासाठी पर्यटनाची व्यवस्थादेखील केली होती. त्या दोघांनी तेथील चर्च, पुरातन कलात्मक इमारती, चुन्याच्या दगडांपासून बनवलेल्या मूर्ती, विल्सन पर्वतावरील विशाल दुर्बीण, जुन्या जमाती इत्यादी गोष्टी पाहिल्या. पासादेना इथे आईन्स्टाईन यांच्या सन्मानार्थ डिनर पार्टीचंही आयोजन करण्यात आलं होतं. हा समारंभ आईन्स्टाईन त्यांच्या जीवनातील एक अविस्मरणीय घटना मानत. याचं आयोजन करण्यात रॉबर्ट मिलिकान आणि अल्बर्ट मायकेलसन असे दिग्गज शास्त्रज्ञदेखील सामील झाले होते. पासादेना येथे त्यांची चार्ली चॅप्लिनशीदेखील (Charlie Chaplin) भेट झाली. त्यांना आणि त्यांच्या पत्नीला चार्ली चॅप्लिनचा येणारा सिनेमा 'सिटी लाइट्स' (City Lights) पाहण्यासाठी लॉस एंजिल्सला जाण्याची संधी मिळाली. तेथील प्रेक्षक आईन्स्टाईन यांना ओळखत होते. त्यामुळे त्यांना चार्ली चॅप्लिनसोबत पाहून प्रेक्षकांनी जोरजोरात टाळ्या वाजवून दाद दिली.

फ्रान्सचा दौरा

मार्च १९२२ मध्ये त्यांनी फ्रान्समध्ये व्याख्यान दिलं. त्यांचे मित्र पॉल लांगेविन यांच्या प्रयत्नामुळे त्यांना पॅरिसचा दौरा करण्याची संधी लाभली. ते कॉलेज दे फ्रान्सच्या (College de France) निमंत्रणानुसार पॅरिसच्या दौऱ्यावर गेले. तिथे काही जहाल निदर्शक निदर्शनासाठी जमले होते. त्यामुळे त्यांना लपवून-छपवून रेल्वे स्टेशनमधून बाहेर आणण्यात

आलं. मगच त्यांना संस्थेत आणलं गेलं.

सायंकाळी जेव्हा ते तयार होऊन सभागृहात पोहोचले, तेव्हा तिथे त्यांना अत्यल्प श्रोते दिसले. त्यात बहुसंख्य विद्यार्थी होते आणि काही वैज्ञानिक व भौतिक जगताशी संबंधित विशिष्ट असे लोक होते. त्यांना आईन्स्टाईनच्या सापेक्षता सिद्धान्ताचं खरोखरच कुतूहल होतं. अशाच लोकांना लांगेविन यांनी निमंत्रित केलं होतं, हे आईन्स्टाईन यांना नंतर समजलं.

आईन्स्टाईन यांनी आपला सिद्धान्त सविस्तरपणे श्रोत्यांसमोर प्रस्तुत केला. जे सापेक्षता सिद्धान्ताचा सार समजू शकत नाहीत, परंतु सूत्रांविषयी चर्चा करतात, अशा काही गणिततज्ज्ञांशीदेखील त्यांनी तिथे चर्चा केली. 'ते लोक वरवरच्या संबंधांकडे लक्ष केंद्रित करतात, मात्र गणिताच्या संकेतांद्वारे व्यक्त होणाऱ्या वास्तवाबाबत अजिबातच विचार करत नाहीत' असं आईन्स्टाईन यांचं मत होतं. तिथेच पॉल पेनलेव (Paul Painleve) नावाच्या एका गणिततज्ज्ञाने त्यांच्या प्रतिभेची वाखाणणी केली. मात्र त्यांनी सापेक्षता सिद्धान्ताच्या मूळ धारणांची पुरती खिल्ली उडवली.

चौथ्या दिवशी फ्रान्समधील 'फ्रांसिसी दर्शन सोसायटी'मध्ये त्यांचं व्याख्यान आयोजित करण्यात आलं. या सभेला फ्रान्समधील प्रख्यात दार्शनिक, 'आँरी बर्गसाँ' हेदेखील उपस्थित होते. त्यांना नोबेल पारितोषिकाने सन्मानित करण्यात आलं होतं. ही अशी व्यक्ती होती, जिच्याशी आईन्स्टाईन यांची 'काळ' विषयक धारणांसंबंधी पूर्वी चर्चा झाली होती.

जपानचा दौरा

मागील काही दिवसांपासून आईन्स्टाईन यांना वारंवार जपानला येण्याचं निमंत्रण मिळू लागलं होतं. परंतु इतर कार्यक्रमांमध्ये अत्यंत

व्यस्त असल्याने ते त्यावर विचारच करू शकत नव्हते. जपानमधील कित्येक संस्था त्यांचं व्याख्यान ऐकण्यासाठी उत्सुक होत्या. पॅरिसहून परत आल्यानंतर त्यांनी जपानचं निमंत्रण स्वीकारलं आणि ते १० ऑक्टोबर, १९२२ ला एल्सासह जपानला पोहोचले. ते अद्याप जहाजातच होते आणि तिथे १९२१च्या भौतिक क्षेत्रातील आपल्या कामगिरीबद्दल त्यांना नोबेल पारितोषिक दिलं जाणार असल्याची वार्ता त्यांना समजली. जपानमधील एका पब्लिशिंग कंपनीने त्यांच्या राहण्याची व्यवस्था केली होती. तिथे प्रत्येक ठिकाणी त्यांचं जंगी स्वागत करण्यात आलं होतं. अनेक संस्थांनी त्यांच्या चर्चासत्रांचं आयोजन केलं. त्यांच्या मुखातून उच्चारलेल्या प्रत्येक शब्दाचा जपानी भाषेत अनुवाद केला जात होता.

आईन्स्टाईन यांनी जपानमधील कित्येक शहरात विहार केला. तेथील वातावरणाने ते अतिशय प्रभावित झाले. जपानमध्ये लहान मुलांसाठी आयोजित केलेल्या एका चर्चासत्रालादेखील ते उपस्थित राहिले. तिथे मुलांना संबोधित करताना ते म्हणाले, 'तुम्ही ज्ञानरूपी संपत्ती जतन करून ठेवायला हवी. जेणेकरून मोठे झाल्यानंतर त्यात नवीन काही गोष्टींचा समावेश करून ती तुम्हाला तुमच्या मुलांकडे सोपवता यावी.' आईन्स्टाईन जवळपास दोन महिने जपानमध्ये राहिले आणि २९ डिसेंबर, १९२२ रोजी त्यांनी जपानचा निरोप घेतला. जपान दौऱ्याचा अनुभव सांगताना ते म्हणाले, 'जपानी लोक शिष्टाचारात सर्वांत अग्रस्थानी आहेत. ते लोकांशी अत्यंत आदराने वागतात, बोलतात. येथील लोक कलाप्रेमी तर आहेतच, त्यासोबतच ते बुद्धिमंतदेखील आहेत.'

फिलिस्तीनचा दौरा

जपाननंतर आईन्स्टाईन दांपत्य फिलिस्तीनला रवाना झालं. तिथे त्यांची व्यवस्था ब्रिटिश उच्चायुक्तांकडे करण्यात आली. तिथे त्यांचं भव्य स्वागत करण्यात आलं. राजकीय सन्मानासोबतच ते प्रत्येक समारंभाला

आणि चर्चासत्रांना उपस्थित राहिले. तिथे त्यांच्या सन्मानाप्रीत्यर्थ कित्येक औपचारिक गोष्टीही केल्या जात. मानसिकरीत्या ते अशा औपचारिकतेच्या विरुद्ध होते. या औपचारिकतेमुळेच त्यांची पत्नी एल्सा कधी कधी घाबरून जात असे. त्या आपल्या पतीला म्हणत, 'मला अशा गोष्टींची सवय नाही.' यावर आईन्स्टाईन हसून म्हणायचे, 'काही हरकत नाही. काही दिवसांचा तर प्रश्न आहे. थोड्या दिवसांनी आपण आपल्या घरी परतणारच आहोत.'

आईन्स्टाईन यांच्या व्याख्यानांमध्ये सापेक्षता सिद्धान्ताविषयी चर्चा होत असे. त्यांनी जेरुसलेम येथील हिब्रू विश्वविद्यालय, तेल अवीव आणि अन्य काही ठिकाणी जाऊन व्याख्यानं दिली. त्यांची व्याख्यानं ऐकण्यासाठी विद्यार्थी वर्ग, भौतिकी जगतातील भौतिकतज्ज्ञ, दार्शनिक, वैज्ञानिक आणि राजकारणाशी संबंधित लोक मोठ्या संख्येने उपस्थित राहत होते. तिथे त्यांना हिब्रू विश्वविद्यालयात एक पद ग्रहण करण्याविषयीचा प्रस्ताव दिला होता, तो त्यांनी नाकारला.

दक्षिण अमेरिकेचा दौरा

इ.स. १९२५मध्ये आईन्स्टाईन यांना अर्जेंटिनाची राजधानी ब्यूनस एअर्सच्या (Buenos Airsच्या) विश्वविद्यालयाकडून निमंत्रण मिळालं. अमेरिकेला जाण्याआधी न्यूयॉर्क येथील एका विद्वानाला जेव्हा समजलं, की आईन्स्टाईन व्याख्यान देण्यासाठी अमेरिकेला जात आहेत, तेव्हा त्यांनी आईन्स्टाईन यांना जर्मनीमध्ये तारेद्वारे (telegramद्वारे) विचारलं, 'तुम्ही ईश्वरावर विश्वास ठेवता का?'

आईन्स्टाईन यांनी उत्तरादाखल लिहिलं, 'मी स्पिनोजाच्या (Spinoza) त्या ईश्वरावर विश्वास ठेवतो, जो सर्व प्राणिमात्रात समान रूपात प्रकट होतो. मी मनुष्याचं भाग्य अणि कर्म यांमध्ये रुची असणाऱ्या ईश्वरावर कदापि विश्वास ठेवत नाही.'

त्यांचं असं म्हणणं होतं, **एखादी व्यक्ती जर कुठल्याही प्रश्नाचं उत्तर अगदी सहज, सुलभ पद्धतीने देत असेल, तर ते उत्तर ईश्वराने दिलं आहे असं समजायला हवं.**

त्यांचा हा तीन महिन्यांचा दौरा होता. या दौऱ्यात एल्सा त्यांच्यासोबत गेल्या नव्हत्या. या दौऱ्याची दोन मुख्य उद्दिष्टं होती- पहिला, सापेक्षता सिद्धान्ताविषयी व्याख्यानं देणं आणि दुसरा, यहुदी समाजातील लोकांना भेटणं. २० दिवसांचा हा सागरी प्रवास त्यांच्यासाठी अतिशय खडतर ठरला, असं सांगितलं जातं. एल्सा सोबत नसल्यामुळेदेखील त्यांना तो प्रवास नीरस वाटू लागला होता. ब्यूनसला पोहोचल्यानंतर त्यांनी तिथे व्याख्यान दिलं. अनेक विद्वानांनी त्यांच्या सिद्धान्ताविषयी चर्चा केली आणि त्याला आपला पाठिंबाही दिला. आईन्स्टाईन यांनी कित्येक यहुदी संघटनांची भेट घेतली आणि त्यांच्याशी विविध आंतरराष्ट्रीय विषयांवर चर्चा केली.

ब्यूनसमधील कार्य पार पाडल्यानंतर ते ब्राझीललादेखील गेले. तेथील काही वैज्ञानिक त्यांचा सिद्धान्त मानायला तयार नव्हते. दक्षिण अमेरिकेच्या या दौऱ्याने त्यांची दिनचर्या कमालीची व्यग्र झाली होती. त्यामुळे त्यांना अतिशय थकवा आला होता. दौऱ्यावरून परत येताना त्यांनी पूर्णपणे आराम केला. त्याचबरोबर थकवा आणणाऱ्या मानसिक कार्यापासून स्वतःला पूर्णपणे अलिप्त ठेवलं.

स्वित्झर्लंडचा दौरा

आईन्स्टाईन कित्येक वेळा व्याख्यानं देण्यासाठी स्वित्झर्लंडच्या वेगवेगळ्या भागांमध्ये गेले होते. आईन्स्टाईन यांची काही लोकप्रिय विज्ञानविषयक व्याख्यानं, ठिकठिकाणी विज्ञान जगतातील त्यांचं योगदान यामुळे त्यांची उत्तम प्रतिमा निर्माण झाली होती. आता ते परोपकारी कार्यासाठीदेखील व्याख्यानं देऊ लागले होते. स्वित्झर्लंडमधील आल्पस् (Alps) पर्वताच्या देवोस (Devos) नावाच्या एका पर्वतीय स्थळावरदेखील

त्यांच व्याख्यान झालं होतं. ते कित्येक वेळा देवोसला येऊन गेले होते. देवोस हे एक स्वास्थ्यवर्धक स्थळ मानलं जात असे. इथे क्षयरोगाने पीडित लोकांवर उपचार केले जातात. त्यासाठी कित्येक सॅनटॉरिअमची स्थापना केली गेली होती. अशा रुग्णांसाठी एका आंतरराष्ट्रीय विश्वविद्यालय स्तराच्या अभ्यासक्रमाची माहिती देण्यात येत होती.

आईन्स्टाईन यांचं म्हणणं होतं- **'निःस्वार्थ भावनेनं लोकांची सेवा केल्याशिवाय जीवनात काहीही साध्य करता येणं शक्य नाही.** एखादा मनुष्य जेव्हा बलिदानस्वरूप कार्य करतो, तेव्हा तो ते एका उद्दिष्टाच्या रूपात निर्धारित करतो. शिवाय असं करणं त्याच्यासाठी असीम आनंदाची अनुभूती ठरते. इथे रुग्णांचा उपचार चांगल्या प्रकारे आणि बुद्धिमत्तेच्या साहाय्याने होत आहे, असं मला दिसतं. बहुतांश लोक असे आहेत, जे देवोसच्या रमणीय वातावरणाला आकर्षित होऊन येथे येतात. मग काही वेळ येथे व्यतीत करून पुन्हा जातात. जे लोक येथील नैसर्गिक वातावरणात राहून आपला उपचार करतात, स्वास्थ्य लाभ प्राप्त करतात, त्यांच्यासाठी आपल्या कार्यापासून दूर राहून स्वतःच स्वास्थ्य उत्तम करण्यासाठी संघर्ष करणं हे स्वतःमध्येच एक खूप मोठं कार्य आहे. त्यांचं हे कार्य निश्चितच वाखाणण्याजोगं आहे. एखादा रुग्ण आजारातून बरा होऊन परत आपल्या कामावर जातो, तेव्हा येथील वातावरणातून बाहेर पडून पुन्हा जुन्या वातावरणात जाण्यासाठी स्वतःला अनुकूल बनवणं हे त्याच्यासाठी अतिशय कठीण बनतं.'

इंग्लंडचा दौरा

आईन्स्टाईन इ.स. १९३०मध्ये दोन वेळा इंग्लंडच्या दौऱ्यावर गेले होते. ते तिथे आर्थर एडिंगटन यांनादेखील भेटले होते आणि त्यांच्याशी विविध विषयांवर चर्चादेखील केली होती. भौतिकवेत्ता आर्थर एडिंगटन (Arthur Eddigton) यांनी १९१९मध्ये खग्रास सूर्य ग्रहणादरम्यान

प्रकाशाच्या गुरुत्वीय विचलनाविषयी (Gravitational Light aberration) माहिती प्राप्त केली होती.

आईन्स्टाईन यांना या दौऱ्याच्या काळात केंब्रिज विश्वविद्यालयाने 'डॉक्टरेट' देऊन सन्मान केला.

अशा प्रकारे आपल्या प्रत्येक दौऱ्यात आईन्स्टाईन यांनी सापेक्षता सिद्धान्त सहजरीत्या लोकांसमोर प्रस्तुत केला. आता हा सिद्धान्त समजण्यात येणारे अडथळे काही प्रमाणात कमी झाले होते.

१७

नोबेल पारितोषिक

स्वीडनचे वैज्ञानिक अल्फ्रेड नोबेल (Alfred Nobel) यांनी एकूण ३५५ आविष्कार केले. आपल्या मृत्यूपूर्वी त्यांनी स्वतःच्या विपुल संपत्तीतील मोठा भाग एका संस्थेसाठी राखून ठेवला होता. या पैशाच्या व्याजातून जी रक्कम जमा होईल, ती ज्यांनी मानवजातीच्या कल्याणासाठी सर्वोत्तम कामगिरी केली आहे अशा लोकांना देऊन त्यांना सन्मानित करण्यात यावं, अशी त्यांची इच्छा होती. या उद्देशानेच २९ जून, १९०० या दिवशी नोबेल फाउंडेशनची स्थापना झाली आणि अल्फ्रेड नोबेल यांच्या स्मरणार्थ इ.स.१९०१पासून नोबेल पारितोषिक दिलं जाऊ लागलं. हे शांती, साहित्य, भौतिकशास्त्र, रसायन, चिकित्सा विज्ञान आणि अर्थशास्त्र या क्षेत्रांतील सर्वोत्तम कामगिरीसाठी दिलं जाणारं सर्वोच्च पारितोषिक आहे. प्रशस्तिपत्र आणि १४ लाख डॉलर या स्वरूपात हे पारितोषिक दिलं जातं.

अल्बर्ट आईन्स्टाईन जेव्हा जपान दौऱ्यावर होते, तेव्हाच त्यांना हे पारितोषिक देण्यात येणार आहे, अशी घोषणा केली गेली. तसं तर त्यांना हा पुरस्कार देण्याविषयी खूप दिवसांपासून चर्चा सुरू होती. परंतु त्यांचा

सापेक्षता सिद्धान्त मान्य नसणाऱ्या लोकांकडून टीका होईल, या भीतीने याबद्दलचा निर्णय रखडला होता. याच कारणामुळे स्वीडिश अकादमीकडून कोणतंही ठोस पाऊल उचललं जात नव्हतं. शेवटी अल्फ्रेड नोबेल यांच्या अटींनुसार आईन्स्टाईन यांना त्यांच्या भौतिक क्षेत्रातील योगदानाबद्दल म्हणजेच 'प्रकाश विद्युत प्रभाव'विषयक नियमांचा शोध लावल्याबद्दल नोबेल पारितोषिक देण्याचं घोषित करण्यात आलं.

आईन्स्टाईन यांनी भौतिक क्षेत्रातील तीन महत्त्वपूर्ण विषयांमध्ये आपलं योगदान दिलं. त्यांपैकी प्रकाश विद्युत प्रभाव, हाही एक विषय होता. त्यांनी प्रकाश ऊर्जेचा संचार सूक्ष्म कणांच्या रूपात होतो, हे सिद्ध केलं. ऊर्जेच्या याच कणांना पुढे 'फोटॉन' हे नाव देण्यात आलं.

आईन्स्टाईनद्वारे लावला गेलेला 'प्रकाश विद्युत प्रभाव' हा खरोखरच एक अद्भुत शोध होता. याला अमेरिकेतील एक वैज्ञानिक रॉबर्ट मिलिकान (Robert Milicon) यांनी आपल्या काही यशस्वी प्रयोगांद्वारे स्पष्ट केलं होतं. प्रकाश विद्युत प्रभावाच्या शोधामुळे पुढे क्वांटम सिद्धान्ताचं शोधकार्य करण्यात खूपच मदत झाली. आज विश्वातील स्पेक्ट्रोस्कोपी, टेलिव्हिजन, प्रकाश विद्युत सेल आणि लेसर यांसारखं तंत्रज्ञान याच सिद्धान्तानुसार विकसित झालं आहे.

पारितोषिक वितरण समारंभ अल्फ्रेड नोबेल यांच्या जन्मदिनी डिसेंबरमध्ये संपन्न होणार होता. दरम्यान आईन्स्टाईन यांच्या नागरिकत्वाचा प्रश्न उपस्थित झाला. जर्मनीने ते आमच्या देशाचे नागरिक असल्याचं सांगितलं आणि इकडे स्वित्झर्लंडने आईन्स्टाईन आपल्या देशाचे नागरिक आहेत असा दावा केला. स्वीडिश अकादमीच्या प्रथेनुसार ज्या देशाच्या नागरिकाला हा सन्मान दिला जातो, त्या देशाच्या राजदूतालाही या समारंभाचं निमंत्रण दिलं जातं. या समारंभात स्वीडनचे राजे स्वतः राजकीय बुके प्रदान करत असत. आईन्स्टाईन पारितोषिक वितरण समारंभाला हजर राहण्यासाठी जपानहून स्वीडनला रेल्वेने जात होते. ती रेल्वे स्वीडनला उशिरा पोहोचली, त्यामुळे ते समारंभाला वेळेवर पोहोचू शकले नाहीत.

म्हणून त्यांच्या अनुपस्थितीत हे पारितोषिक जर्मनीच्या राजदूताने स्वीकारलं. नंतर त्यांनी ते परितोषिक आईन्स्टाईन यांना दिलं.

'आईन्स्टाईन यांनी सापेक्षता सिद्धान्ताविषयी एक शब्द जरी लिहिला नसता, तरीदेखील ते विश्वातील सर्वश्रेष्ठ भौतिक शास्त्रज्ञ गणले गेले असते,' असे प्रशंसोद्‌गार विख्यात नोबेल पुरस्कार विजेते भौतिक शास्त्रज्ञ मॅक्स बोर्न यांनी आईन्स्टाईन यांच्याविषयी काढले होते.

आईन्स्टाईन दैनंदिन जीवनातील कितीतरी गोष्टी विसरून जात. एकदा त्यांना एका फॉर्मवर स्वतःला मिळालेल्या सन्मानांचं विवरण भरायचं होतं. त्यात ते नोबेल पारितोषिकाचा उल्लेख करायचाच विसरून गेले. परंतु त्यांना जबाबदारीचा विसर कधीही पडत नसे. उदाहरणार्थ, आईन्स्टाईन यांनी जेव्हा त्यांची पहिली पत्नी मिलेवाला घटस्फोट दिला, तेव्हा तिच्या उदरनिर्वाहासाठी नोबेल पुररस्काराची जी रक्कम मिळेल, ती तिला देण्याचं वचन दिलं होतं. आपल्या वचनानुसार आईन्स्टाईन यांनी नोबेल पुरस्काराच्या रूपात मिळालेलं सर्व धन मिलेवाला दिलं. इतका मोठा पुरस्कार मिळाल्यानंतरही त्यांची जीवनशैली अतिशय साधी होती.

महान संगीतज्ञ आईन्स्टाईन

स्वीडनहून बर्लिनला परत आल्यानंतर आईन्स्टाईन आपल्या व्याख्यानांमध्ये पूर्वीपेक्षा जास्त व्यग्र झाले. एकदा त्यांना एका संस्थेद्वारे आयोजित केलेल्या संगीत सभेत सहभागी होण्यासाठी आमंत्रित केलं गेलं. हा कार्यक्रम मध्य जर्मनीतील एका शहरात आयोजित करण्यात आला होता. कार्यक्रम आपल्या नियोजित वेळेनुसार सुरू झाला. काही वेळाने जेव्हा आईन्स्टाईन यांची संगीत सादर करण्याची वेळ आली, तेव्हा श्रोत्यामध्ये बसलेल्या एका युवा पत्रकाराने आपल्यासोबत बसलेल्या एका महिलेला विचारलं, 'स्टेजवर जे गृहस्थ व्हायोलिन वाजवत आहेत, ते कोण आहेत?'

त्यावर ती महिला त्या नवयुवकाकडे आश्चर्यचकित नजरेने पाहत म्हणाली, 'अरे! कमाल आहे, तुम्ही यांना ओळखत नाही? यांचं नाव अल्बर्ट आईन्स्टाईन आहे.'

मग काय दुसऱ्या दिवशी वर्तमानपत्रात आईन्स्टाईन यांना 'अद्वितीय व्हायोलिन वादक', 'महान संगीतज्ञ अल्बर्ट आईन्स्टाईन' अशा कित्येक उपाधींनी गौरवण्यात आलं. आईन्स्टाईनबद्दलची ही बातमी वाचून लोक हसू लागले. ही बातमी वाचून ते स्वतःदेखील हसू आवरू शकले नाहीत. त्यांनी तो बातमीचा कागद फाडून खिशात ठेवला. पुढे कित्येक दिवस ते तो कागद काढून ती बातमी आपल्या मित्रांना दाखवत आणि म्हणत, 'अरे! पाहा तर! तुम्ही सर्वजण म्हणता, की मी वैज्ञानिक आहे. मी कोणी शास्त्रज्ञ नाही, मी तर महान संगीतकार आहे. एक प्रसिद्ध व्हायोलिन वादक आहे.'

विश्वात शांती स्थापित करण्यासाठी अल्बर्ट आईन्स्टाईन निरंतर प्रयत्न करत होते. कित्येक सामाजिक समस्या सोडवण्यासाठी त्यांनी पुढाकारही घेतला होता. आईन्स्टाईन म्हणत, 'मानवी जीवन उदात्त बनवणं, त्याला त्याच्या भौतिक परिघातून बाहेर काढून वैयक्तिक स्वातंत्र्याकडे प्रेरित करणं हेच सर्व धर्म, कला आणि विज्ञान यांचं उद्दिष्ट आहे.'

अल्बर्ट आईन्स्टाईन

१८

आईन्स्टाईनच्या जीवनातील ५० वर्षं

आईन्स्टाईन आपल्या व्याख्यानांसाठी कित्येक वेळा देवोसला जात असतं. वेळोवेळी तिथे जाऊन ते क्षयरोगाने ग्रस्त असणाऱ्या रुग्णांना बौद्धिक शिक्षण देण्याचं कार्य करत. या कार्याने त्यांना एक प्रकारचं समाधान लाभत असे. एकदा डेवोसला जाऊन आल्यानंतर ते स्वतःच आजारी पडले. त्यांना हृदयरोग जडला. तसंही त्यांचं परदेशात जाणं-येणं पूर्वीपेक्षा अधिक वाढलं होतं. आता त्यांनी वयाची पन्नाशी गाठली होती. एकदा सामान उचलताना त्यांची प्रकृती बिघडली आणि ते कित्येक दिवस अंथरुणाला खिळून राहिले. त्यामुळे एल्साने त्यांच्यासाठी एका महिलेची सचिव म्हणून नियुक्ती केली. ती त्यांची देखभाल करत असे. तिचं नाव होतं, हेलेन डुकास (Helen Dukas). ती नेहमी त्यांच्यासोबत राहून त्यांच्या मदतनिसाची भूमिका निभावत असे. एक सचिव म्हणून तिच्यावर सोपवलेली सर्व कामं ती अतिशय कौशल्यपूर्वक सांभाळत होती. हेलेन डुकासने एका लेखकाच्या मदतीने आईन्स्टाईन यांच्या जीवनावर 'अल्बर्ट

आईन्स्टाईन – द ह्यूमन साइड' (Albert Einstein - The Human Side) या नावाचं पुस्तकदेखील लिहिलं होतं.

आईन्स्टाईन १४ मार्च १९२९ला वयाची ५० वर्षं पूर्ण करणार होते. तशातच त्यांना एका भागातील काही जमीन घरासाठी भेट स्वरूपात देण्यात यावी, असा निर्णय बर्लिन नगरपालिकेने घेतला. परंतु ती जमीन बर्लिन नगरपालिकेच्या हद्दीबाहेर होती. त्यामुळे ती जमीन देण्यात अडथळे निर्माण होऊ लागले. मग आपल्या आवडीची जागा आपण स्वतः निवडू, असं त्यांनी नगरपालिकेच्या अधिकाऱ्यांना सांगितलं. त्यानंतर त्यांनी बर्लिन शहरापासून काही किलोमीटर दूर असलेल्या पोट्सडामच्या हद्दीतील कापूथ गावातील एक जमीन निवडली. आवश्यक प्रक्रिया पूर्ण झाल्यानंतर तिथे निर्माण कार्य सुरू झालं. परंतु काही दिवसांतच त्या जमिनीमुळे वाद निर्माण झाला. परिणामी आईन्स्टाईन यांनी ती जमीन भेटस्वरूप स्वीकारायला नकार दिला. त्याची सर्व नुकसान भरपाई स्वतः दिली. त्यावर बांधण्यात येणाऱ्या घराचा खर्चदेखील त्यांनी स्वतःच केला होता. त्यामुळे त्यांची आर्थिक परिस्थिती खालावली होती.

त्यांच्या पन्नासाव्या वाढदिवसाच्या कार्यक्रमाचं आयोजन बर्लिनच्या जवळ असणाऱ्या एका तलावाच्या किनाऱ्यावर केलं होतं. याचा पत्रकारांना सुगावा लागू नये, अशी व्यवस्था करण्यात आली होती. कारण अशा प्रसंगी पत्रकार आणि फोटोग्राफर यांच्या गराड्यात राहावं लागू नये, असं त्यांना वाटत होतं. या कार्यक्रमासाठी काही निवडक लोकांनाच निमंत्रित केलं गेलं होतं. त्यांना जगभरातून अनेकांनी शुभेच्छा पत्रं पाठवली होती. काही संस्थांनी त्यांना शुभेच्छा दिल्या आणि भेटस्वरूपात त्यांचा सन्मानही केला. मॅक्स प्लांक यांनी उपहाराच्या रूपात त्यांना **'प्लांक पदक'** बहाल केलं.

काही कालावधीतच त्यांचं कापूथ येथील घर तयार झालं आणि आईन्स्टाईन यांचं कुटुंब तिथे वास्तव्याला गेलं. त्यांच्यासोबत त्यांची पत्नी एल्सा, इल्से आणि मारगॉट, इल्सेचा पती रुडॉल्फ कायेसर, सेक्रेटरी हेलेन

डुकास, घरकाम करणारी महिला हेरेटा आणि गणिततज्ज्ञ मित्र डॉक्टर वाल्टेर मायेर (Dr. Walter Mayer) हेदेखील होते. नव्या घरात आल्याने ते सर्वजण अतिशय आनंदी होते. या घरात वास्तव्याला आल्यानंतर त्यांना मोठमोठ्या आसामी शुभेच्छा देण्यासाठी आल्या होत्या. या व्यक्तींमध्ये पॉल लांगेविन, मॅक्स फॉन लाउए, लिओ झीलार, मॅक्स प्लांक, वाल्थेर नेर्नस्ट, श्रोडिंगेर, मॅक्स बोर्न आणि फ्रिट्ज हाबेर अशा प्रथितयश शास्त्रज्ञांचा समावेश होता. त्याचबरोबर काही समाज सुधारक, प्राध्यापक, भौतिकवेत्ते, साहित्यकार आणि नावाजलेल्या व्यक्ती तिथे येत-जात असतं.

आईन्स्टाईन जवळपासच्या भागात जाण्यासाठी बस किंवा ट्रेनने प्रवास करत होते. कापूथ गाव शहरातील गर्दीपासून दूर अत्यंत शांत वातावरणात वसलेलं होतं. त्यामुळे आईन्स्टाईन यांना अध्ययन आणि त्यांच्या इतर कार्यासाठी हे स्थान खूपच आवडलं.

अल्बर्ट आईन्स्टाईन

१९

गुरुदेव रवींद्रनाथ टागोर यांची भेट

रवींद्रनाथ टागोर यांना वयाच्या बावन्नाव्या वर्षी म्हणजेच इ.स. १९१२मध्ये त्यांच्या साहित्यक्षेत्रातील कामगिरीबद्दल नोबेल पारितोषिक मिळालं. आईन्स्टाईन यांना मात्र वयाच्या त्रेचाळिसाव्या वर्षी म्हणजेच इ.स. १९२२ मध्ये त्यांच्या भौतिक विज्ञानातील योगदानाबद्दल नोबेल पारितोषिक मिळालं. या दिग्गजांची किमान तीन वेळा भेट झाली. इ.स. १९१२मध्ये विश्वयुद्धापूर्वीच रवींद्रनाथ टागोर युरोपला गेले होते. त्यावेळी त्यांची आईन्स्टाईन यांच्याशी पहिली भेट झाली होती. त्या दिवशी दोन विश्वविख्यात महापुरुषांमध्ये कित्येक विषयांवर चर्चा झाली, तो ऐतिहासिक दिन ठरला.

'सत्य आणि सौंदर्य यांचं अस्तित्व मानवापासून वेगळं, मानवरहित असू शकतं का?' या दोन महामानवांमध्ये पहिल्या भेटीत चर्चा झाली. 'सत्य आणि सौंदर्य यांचा मानवाशिवाय विचारच केला जाऊ शकत नाही,' असं रवींद्रनाथांचं ठाम मत होतं. याबाबत 'रवींद्रनाथ टागोर यांची सौंदर्याबाबतची

अल्बर्ट आईन्स्टाईन

भूमिका मला मान्य आहे. परंतु सत्याबाबतची त्यांची भूमिका मला अमान्य आहे,' असं प्रतिपादन आईन्स्टाईन यांनी केलं. वैज्ञानिक सत्य मानवापासून वेगळं आहे, ही बाब अद्याप सिद्ध होऊ शकलेली नाही. असं असूनही आईन्स्टाईन यांचा यावर दृढ विश्वास होता. दोन्ही दिग्गज आपापल्या मतांवर ठाम राहिले. या विषयावर दोघांमध्ये बरेच मतभेद होते. बराच काळ चाललेली ही चर्चा जानेवारी, १९३१मध्ये प्रकाशितही करण्यात आली होती.

१४ जुलै, १९३०मध्ये रवींद्रनाथ टागोर आणि आईन्स्टाईन यांची त्यांच्या कपूथ येथील निवासस्थानी भेट झाली. ही त्यांच्यातील दुसरी भेट होती. आईन्स्टाईन रवींद्रनाथांना 'रब्बी गुरू' असं म्हणत असत. हिब्रू भाषेत रब्बी गुरू याचा अर्थ 'माझे गुरू' असा होतो. एकदा प्रवासादरम्यान त्यांचं जहाज जेव्हा कोलंबो बंदरावर थांबलं, तेव्हा ते आपली सेक्रेटरी हेलेन डुकासला म्हणाले, 'मी जर काही दिवस भारतात व्यतीत केले असते, तर किती चांगलं झालं असतं! मला पुन्हा रब्बी गुरूंना भेटता आलं असतं.' परंतु त्यांची भारतात येण्याची इच्छा त्या वेळी पूर्ण होऊ शकली नाही.

आईन्स्टाईन त्या वेळी भारतीय स्वातंत्र्य संग्रामाचे मुख्य सूत्रधार महात्मा गांधी यांच्यामुळे अतिशय प्रभावित झाले होते. त्यांना गांधीजींचं अहिंसेचं तत्त्व खूप भावलं. गांधीजींच्या मृत्यूनंतर आईन्स्टाईन म्हणाले होते, की 'येणाऱ्या पिढ्या यावर विश्वासच ठेवणार नाहीत, की अशा प्रकारचा माणूस हाडा-मासांच्या पुतळ्याच्या रूपात या पृथ्वीवर संचार करत होता.'

आईन्स्टाईन यांना भारतीय अध्यात्मातदेखील खूपच रुची होती. 'भगवद्गीता' या भारताच्या महान ग्रंथाने ते अतिशय प्रभावित झाले होते. गीतेतील 'कर्मण्येवाधिकारस्ते, मां फलेषु कदाचन' हा श्लोक तर ते खूपच मानत असत.

अल्बर्ट आईन्स्टाईन आणि गुरुदेव रवींद्रनाथ टागोर

२०

हिटलरचं शासन

इ.स. १९३२ मधील दुसरा काल्टेकचा दौरा करून आईन्स्टाईन जेव्हा बर्लिनला परतले, तेव्हा जर्मनीची स्थिती बदलत असलेली त्यांनी पाहिलं. हिटलरच्या हाती सत्ता यावी यासाठी भांडवलशाही शक्ती त्याला मदत करू लागल्या होत्या, हेही त्यांना दिसलं. त्यानंतर आता जर्मनीमध्ये राहणं कठीण आहे, असं मत त्यांनी आपल्या काही परिचितांबरोबर विचार-विमर्श करताना व्यक्त केलं.

पहिल्या विश्वयुद्धात सम्राट विलहेल्म-२ यांना सत्तेवरून दूर केलं आणि जर्मनी हे राष्ट्र प्रजासत्ताकाच्या रूपात उभं राहिलं. या विश्वयुद्धात जर्मनीची पूर्णपणे वाताहत झाली होती. त्यामुळे तिथली अर्थव्यवस्थाही कोलमडून गेली होती. कामगारवर्गाची दशा अत्यंत दयनीय झाली होती आणि सरकारी अधिकाऱ्यांवर बरीच बंधनं घातली गेली होती. आपल्या पराभवाचा बदला घ्यायचाच हा जर्मनी सरकारचा उद्देश होता. त्यासाठी सरकार युद्धाची तयारी करू लागलं होतं. इ.स. १९२८ मध्ये अ‍ॅडॉल्फ

हिटलरच्या नेतृत्वाखाली नाझी पार्टी जनतेवर वेगाने प्रभुत्व मिळवू लागली होती. इ.स. १९३३च्या निवडणुकीत नाझी पार्टीला बहुमत प्राप्त झालं. त्यामुळे नाझी पार्टीचं सरकार स्थापन झालं. त्यावेळी हिटलरला प्रधानमंत्री बनवलं गेलं आणि राष्ट्रपतिपदी हिंडेनबर्ग आले. परंतु दुर्दैवानं पुढच्याच वर्षी म्हणजे इ.स. १९३४मध्ये राष्ट्रपती हिंडेनबर्ग यांचा मृत्यू झाला. मग प्रधानमंत्री (चान्सलर) आणि राष्ट्रपती पद एक केलं गेलं. त्याचा परिणाम असा झाला, की हिटलर जर्मनीचे हुकूमशहा बनले.

त्या कालावधीत आईन्स्टाईन काल्टेकच्या दौऱ्यावर होते. हा त्यांचा काल्टेकचा तिसरा दौरा होता. आता जर्मनीमध्ये राहणं अतिशय कठीण आहे, याची त्यांना जाणीव झाली होती. ते इ.स.१९३३मध्ये जर्मनीच्या राजदूताकडे गेले आणि त्यांच्याशी चर्चा केली. त्या वेळी त्यांनी जर्मनीला परत न जाण्याचा निर्णय घेतला. त्यांनी याबाबतची घोषणा अगदी मुक्तपणे केली. ती घोषणा करताना ते म्हणाले-

'जोपर्यंत मला जर्मनीमध्ये राहणं योग्य वाटेल, तोपर्यंतच मी जर्मनीत राहीन. जिथे राजकीय स्वातंत्र्य, सहिष्णुता आणि कायद्यासमोर सर्व नागरिक समान असतील, तिथेच मी राहीन. राजकीय स्वातंत्र्य म्हणजे कोणालाही आपले राजकीय विचार वाणीद्वारे आणि लिखित रूपात व्यक्त करण्याचं स्वातंत्र्य. सर्वांच्या विचारांचा आदर करणं म्हणजे सहिष्णुता. मात्र त्यावेळी जर्मनीची परिस्थिती या सर्व गोष्टींना पूरक नव्हती.'

ते जेव्हा युरोपला परत गेले, तेव्हा बर्लिनला न जाता त्यांनी समुद्रकिनाऱ्यावरील 'ले कॉक सुर मेर' नावाच्या स्थानावर वास्तव्य केलं. तिथे त्यांनी स्वतःसाठी अंगरक्षकाचीदेखील व्यवस्था केली. आईन्स्टाईन यांच्याबद्दल कोणत्याही परकीय अथवा अनोळखी माणसाला कसलीही माहिती देऊ नये, असा कडक इशारा तेथील उच्चाधिकाऱ्यांनी त्या भागातील रहिवाशांना दिला होता.

जर्मनीतील नाझी पार्टीने हिटलरच्या नेतृत्वाखाली जर्मन संसद बरखास्त केली. साम्यवादी पार्टींना बेकायदेशीर घोषित करण्यात आलं आणि राष्ट्राला स्वावलंबी बनण्यासाठी ललकारलं गेलं. नाझी पार्टीच्या विरुद्ध काम करणाऱ्या लोकांना तुरुंगात डांबण्यात आलं. कार्यकारिणी आणि कायदा बनवणाऱ्या सर्व शक्ती हिटलरने आपल्या मुठीत घेतल्या होत्या. अशा प्रकारे इ.स.१९३४मध्ये हिटलरने स्वतःला सर्वोच्च न्यायाधीश घोषित केलं.

आईन्स्टाईन यांच्या अचानक गायब होण्यामुळे नाझी गुप्तचरांनी त्यांची शोधमोहीम हाती घेतली आणि सर्वत्र त्यांच्याबद्दल विचारपूस सुरू केली. एल्साला हे माहीत झाल्यानंतर तीदेखील घाबरून गेली. कारण नाझी गुप्तचरांना आईन्स्टाईन यांचा ठावठिकाणा लागला तर त्यांचं अपहरण होऊ शकतं किंवा त्यांना जिवे मारलंही जाऊ शकतं, हे तिला माहीत होतं. आईन्स्टाईन आणि त्यांच्या कुटुंबीयांसाठी तो काळ अतिशय खडतर होता. त्यांच्या जर्मनीला परत न येण्याच्या निर्णयामुळे नाझी पोलिसांनी त्यांच्या कपूथ येथील निवासस्थानावर छापा टाकला आणि त्यांची सर्व संपत्ती, कागदपत्र, बँक खाती, सेफ डिपॉझिट अशा सर्व महत्त्वाच्या वस्तू जप्त केल्या. आईन्स्टाईन यांची सर्व पत्रं आणि पुस्तकं जाळून टाकली. या घटनेनंतर काही दिवसांनी बर्लिनमधील स्टेट ऑपेरा हाउस (State Opera House) समोर त्यांचा सर्व दस्तऐवज आणि सापेक्षता सिद्धान्ता-संबंधित कित्येक लेख सार्वजनिकरीत्या जाळून खाक करण्यात आले. इतकंच नव्हे, तर नाझी सरकारने त्यांना पकडण्यासाठी एक हजार अमेरिकन डॉलरचं बक्षीसही जाहीर केलं.

नाझी सैन्याची दहशत हळूहळू जनसामान्यांच्या प्रत्येक क्षेत्रात पसरली. इ. स. १९३३ ते १९३८ या कालखंडात लाखो यहुदी लोकांची हत्या करण्यात आली. नवयुवकांमध्ये राष्ट्रपतींच्या आदेशांचं पूर्णपणे पालन

करण्याची भावना रुजवली गेली आणि जर्मनीचं भाग्य सुधारण्यासाठी सर्व कार्यभार नाझी सैन्याने हाती घेतला.

आज ना उद्या नाझी सरकार आपल्याला अटक करेल आणि तेथील विज्ञान अकादमीमधूनही पायउतार व्हावं लागेल, याची जाणीव आईन्स्टाईन यांना झाली होती. मग त्यांनी स्वतःच या अकादमीच्या सदस्यत्वाचा राजीनामा दिला. काही काळानंतर नाझी सरकारने एक कायदा पास केला. कोणत्याही व्यक्तीच्या पूर्वजांपैकी कोणाचाही यहुदी धर्माशी संबंध आढळला, तर त्याला सरकारी सेवेतून काढण्यात येईल, अशा तपशिलाचा तो कायदा होता. हा कायदा अमलात आल्यानंतर कित्येक मोठमोठ्या वैज्ञानिकांना आणि पुढील काळात ज्यांना नोबेल पुरस्कार मिळू शकेल अशा भावी नोबेल पुरस्कार विजेत्यांना सरकारी नोकरीतून काढून टाकण्यात आलं. त्यानंतर अन्य दिग्गज वैज्ञानिकांनी आईन्स्टाईनप्रमाणेच राजीनामे सादर केले.

नाझी सरकारच्या काळात शिक्षणक्षेत्रात तिथे बरेच चढउतार आले. बहुसंख्य शिक्षणसंस्थांमध्ये आणि विश्वविद्यालयांमध्ये नाझी सरकारचं प्रतिनिधित्व करणाऱ्यांना नोकऱ्या दिल्या गेल्या. कित्येक महाविद्यालयांमध्ये आणि विश्वविद्यालयांमध्ये आईन्स्टाईन यांचा सापेक्षतेचा सिद्धान्त शिकवला जात असे आणि त्याच्याशी संबंधित विषयांवर चर्चादेखील होत असत. मात्र शिकवताना आईन्स्टाईन आणि सापेक्षता सिद्धान्त या शब्दांचा उल्लेख केला जात नसे. परंतु त्याच्याशी निगडित असलेली समीकरणं प्रस्तुत केली जात होती. याचाच अर्थ असा, की हिटलरसारख्या क्रूरकर्म्याची भीती असूनही आईन्स्टाईन यांचं ज्ञान पुढील प्रत्येक पिढीला मिळत गेलं. कोणतीही मोठी शक्ती यात विघ्न आणू शकली नाही.

भाग ५

प्रिन्सटनमधील २० वर्षं

२१

प्रिन्सटनमध्ये स्थलांतर

हिटलरच्या कारनाम्यांनी जर्मनीला अगदी मुळापासून हादरवून टाकलं होतं. आईन्स्टाईन यांचे मित्र माक्स प्लांक हेदेखील नाझींच्या नीतिमत्तेवर खूश नव्हते. नाझींचा उत्साह काही काळातच मावळेल आणि परिस्थिती नियंत्रणात येईल याची त्यांना खात्री होती. जर्मन नागरिकत्वाचा त्याग आणि जर्मनीला पुन्हा परत न जाण्याच्या निर्णयाने आईन्स्टाईनच्या जीवनावर एक सखोल परिणाम झाला. त्यांना जगभरातील विश्वविद्यालयांकडून प्राध्यापक पदासाठी प्रस्ताव येऊ लागले. त्याच दरम्यान अमेरिकेतील न्यू जर्सी शहराच्या प्रिन्सटन या विभागात 'इन्स्टिटय़ूट ऑफ ॲडव्हान्स स्टडीज (Institute of Advance Studies)' नावाने एका नवीन संस्थेची स्थापना करण्यात येणार होती. हा भाग शहरी गजबजाटापेक्षा थोडा वेगळा होता. तिथलं शांत वातावरण आईन्स्टाईन यांना खूप आवडत होतं. त्यामुळे त्यांनी प्रिन्सटनला वास्तव्य करण्याचं ठरवलं.

या संस्थेची सर्व जबाबदारी अमेरिकेतील एक प्राध्यापक डॉ. अब्राहम

फ्लेक्सेनेर (Dr. Abraham Flexner) यांच्यावर सोपवण्यात आली होती. ज्यांना कोणत्याही प्रकारे शैक्षणिक आणि प्रशासकीय जबादाऱ्यांनी जखडलेलं नसावं आणि जे पूर्ण तन्मयतेनं संस्थेच्या कामासाठी वेळ देऊ शकतील अशा दिग्गज शास्त्रज्ञांनी या संस्थेच्या कार्यात सहभागी व्हावं अशी फ्लेक्सेनर यांची इच्छा होती. या संस्थेच्या कामाची जबाबदारी असणाऱ्या प्रत्येक शास्त्रज्ञाला त्यांचं वैयक्तिक शोधकार्य करण्याचं पूर्ण स्वातंत्र्य देण्यात आलं होतं.

आईन्स्टाईन व्याख्यान देण्यासाठी जेव्हा दुसऱ्यांदा पासादेनाला गेले होते, तेव्हा तिथे त्यांची फ्लेक्सेनेर यांच्याशी भेट झाली. त्या भेटीत फ्लेक्सेनर यांनी त्यांना प्रिन्सटनला येण्याचा प्रस्ताव दिला. त्यानंतर पुन्हा एकदा हे दोघे ऑक्सफोर्ड युनिव्हर्सिटीमध्ये भेटले होते. त्या वेळी दोघांमध्ये जी चर्चा झाली, त्याने फ्लेक्सेनर यांच्या मनातील आईन्स्टाईन यांच्याबद्दलचा आदर आणखी वाढला. त्यांनी पुन्हा एकदा आईन्स्टाईन यांना प्रिन्सटनला येण्याचं निमंत्रण दिलं. या काळात आईन्स्टाईन यांनी जर्मनीला परत न जाण्याचा निर्णय घेतला होता आणि त्यांनी फ्लेक्सेनर यांचा प्रस्ताव स्वीकारला.

अमेरिकेत पोहोचल्यानंतर त्यांना पुन्हा एकदा पत्रकारांना आणि फोटोग्राफर्सना तोंड द्यावं लागणार होतं. आईन्स्टाईन यांना यापूर्वीदेखील अमेरिकेतील पत्रकारांनी वेढून टाकलं होतं. त्यांच्या निरर्थक प्रश्नांनी ते वैतागले होते. अशा प्रकारच्या परिस्थितीतून सुटका करून घेण्यासाठी ते आधीपासून सावध राहायचे. फ्लेक्सेनर यांनीदेखील आईन्स्टाईन यांना न्यूयॉर्क बंदरापासून प्रिन्सटनला जाण्यासाठी एक योजना बनवली होती. ती योजना अतिशय गुप्त ठेवण्यात आली होती. त्यामुळे आईन्स्टाईन विनाव्यत्यय प्रिन्सटनला पोहोचण्यात यशस्वी झाले. इथे येताच त्यांनी त्यांच्या कार्याला प्रारंभ केला. आईन्स्टाईन हे प्रिन्सटनच्या उच्च अध्ययन संस्थेत नियुक्त करण्यात आलेले पहिले प्राध्यापक होते. ही खरोखरच आश्चर्यकारक बाब

होती. त्यांना प्रतिवर्ष १५,००० डॉलर वेतन देण्यात आलं होतं.

प्रिन्सटन येथे आईन्स्टाईन यांच्या जीवनातील एक नवा अध्याय सुरू झाला होता. त्यांना त्यांचं शोधकार्य करण्याचं पूर्ण स्वातंत्र्य होतं, तरीदेखील ते खूश नव्हते. कारण कोणतंही शैक्षणिक कार्य न करता वेतन घेणं त्यांना रुचत नव्हतं. हळूहळू त्यांना कित्येक सहकारी भेटले आणि ते त्यांच्या शोधकार्यात गढून गेले. प्रिन्सटनच्या शांत गल्ल्या आणि दुतर्फा झाडं असणारे रस्ते यांच्याशी ते समरस झाले.

प्रिन्सटनला एक घटना अशी घडली, की एकदा राष्ट्रपती रुझवेल्ट यांनी आईन्स्टाईन आणि त्यांची पत्नी एल्सा यांना व्हाइट हाउसमध्ये येण्याचं निमंत्रण दिलं. त्या वेळी आईन्स्टाईन यांना आलेल्या पत्रांची उत्तरं फ्लेक्सेनर देत असत. शोधकार्याव्यतिरिक्त अन्य कोणत्याही गोष्टीत आईन्स्टाईन यांचा वेळ जाऊ नये, अशी फ्लेक्सेनर यांची इच्छा होती. म्हणून सुरक्षेचं कारण पुढे करून त्यांनी ते निमंत्रण नाकारलं. इतकंच नव्हे, तर त्यांनी या निमंत्रणाची आईन्स्टाईन यांना यत्किंचितही कल्पना दिली नाही. काही दिवसांनी आईन्स्टाईन यांना या निमंत्रणाबद्दल समजलं, तेव्हा त्यांना खूप वाईट वाटलं. लगेचच त्यांनी याविषयी उच्चाधिकाऱ्यांकडे तक्रार केली. याचा फायदा असा झाला, की पुढील काळात त्यांना पूर्ण स्वातंत्र्य मिळालं.

आईन्स्टाईन यांनी राष्ट्रपती रुझवेल्ट यांना पत्र लिहून झाल्या प्रकाराबद्दल दिलगिरी व्यक्त केली. काही दिवसांनंतर त्यांना पुन्हा एकदा राष्ट्रपतींकडून निमंत्रण मिळालं. ते त्यांनी आनंदाने स्वीकारलं आणि २४ जानेवारी, १९३४ या दिवशी ते आपल्या पत्नीसह राष्ट्रपतींना भेटले आणि त्यांच्यासोबत भोजनही केलं. मजेशीर बाब ही, की ते राष्ट्रपती रुझवेल्ट यांना भेटायला गेले असतानाही त्यांनी पायमोजे घातले नव्हते.

विश्वातील अनेक संघटना आईन्स्टाईन यांना विनंती करत, की त्यांनी त्यांच्या कार्यात सहभागी होऊन त्यांना मार्गदर्शन करावं. परंतु ते

त्यांचं संशोधनकार्य सोडू शकत नव्हते. कारण भौतिक विश्वाची मूलभूत संरचना समजणं हेच त्यांच्या जीवनाचं प्रमुख उद्दिष्ट होतं. **मानवतेची सेवा हाच सर्वांत मोठा परोपकार आहे** असं त्यांचं मत होतं. त्याला अनुसरूनच ते संशोधनाच्या माध्यमातून नवनव्या विचारसरणींवर शोध करत आणि म्हणत–

'आपण कधीही मानवजातीविषयी निराश होता कामा नये. कारण आपण स्वत: मानव आहोत. सभ्य मानवाची नीतिमत्ता कोणत्याही अन्य गोष्टींपेक्षा तो किती नैतिक बळ निर्माण करण्यात समर्थ आहे, यावर अवलंबून असते.'

प्रिन्सटनच्या वातावरणात आईन्स्टाईन अतिशय समरस झाले. परंतु एल्साचं आरोग्य दिवसेंदिवस बिघडत चाललं होतं. त्यातच त्यांची मोठी मुलगी इल्सेच्या मृत्यूने त्यांच्यावर मोठा आघात झाला. त्याने ते मानसिकरीत्या पूर्णपणे खचून गेले होते. एल्साचं आरोग्य सुधारावं या दृष्टीने बरेच उपाय योजत होते. वातावरणात बदल झाला तर एल्साच्या आरोग्यात सुधारणा होऊ शकेल, असा विचार करून त्यांनी मॉन्ट्रियल येथे एका रमणीय तलावाच्या किनारपट्टीवर एक घर भाड्याने घेतलं. परंतु काही कालावधीतच त्यांची प्रकृती अधिकच खालावली. त्यातून ती वाचू शकली नाही. २१ डिसेंबर, १९३६ या दिवशी एल्साचा मृत्यू झाला. पत्नीच्या निधनानं आईन्स्टाईन यांना तीव्र धक्का बसला. 'मृत्यू' हे जीवनातील एक कटू सत्य आहे, असं मत त्यांनी व्यक्त केलं आणि ते पुढे म्हणाले,

'आपण जर आपल्या बालपणातून युवावस्थेत पदार्पण केलं तर आपला मृत्यू म्हणजे आपला अंत नसतो. कारण ते तर आपलंच रूप आहे. आपलं शरीर, जीवनरूपी वृक्षावर असलेल्या सुकलेल्या पानांसमान आहे. मृत्यू एक वास्तव आहे. एखादी व्यक्ती जेव्हा आपल्या कार्याद्वारे आसपासच्या वातावरणावर प्रभाव निर्माण करण्यात असमर्थ ठरते, तेव्हा ती

आपल्या अनुभवांमध्ये अधिक भर घालण्यात असमर्थ ठरते, तिचा जास्त विकास करू शकत नाही. वास्तविक अशा वेळीच त्या व्यक्तीचं जीवन समाप्त होतं. यासाठीच आपण ज्या क्षणी साहस आणि सन्मानयुक्त जीवन जगलो, ज्या क्षणांचा पुरेपूर आस्वाद घेतला, त्या क्षणांचा विचार करून प्रसन्न व्हायला हवं.'

२२

प्रिन्सटनमधील अविस्मरणीय किस्से

इ.स. १९३६मध्ये आईन्स्टाईन यांना एक अतिशय महत्त्वाची व्यक्ती भेटली. तिचं नाव होतं, लिओपॉल्ड इन्फेल्ड (Leopaul Infeld). इन्फेल्ड हे पोलंडचे रहिवासी होते आणि ते प्रख्यात पदार्थविज्ञानतज्ज्ञ होते. त्यांच्या The Quest - The Evolution of a Scientist या संस्मरणीय ग्रंथात आईन्स्टाईन यांच्याबद्दल काही अत्यंत महत्त्वपूर्ण माहिती त्यांनी दिली आहे. त्यांची आणि आईन्स्टाईन यांची पहिली भेट इ.स. १९२०मध्ये बर्लिनमध्ये झाली होती. त्याच्यानंतर जवळपास १६ वर्षांनंतर ते आईन्स्टाईन यांना प्रिन्सटनमध्ये भेटले. इतक्या प्रदीर्घ कालावधीनंतरही इन्फेल्ड यांना आईन्स्टाईन यांच्या डोळ्यांत पूर्वीचीच चमक दिसत होती. इन्फेल्ड यांना या दुसऱ्या भेटीत जे काही अनुभव आले, त्याचं त्यांनी पुढील प्रमाणे वर्णन केलंय-

१

इन्फेल्ड नेहमी आईन्स्टाईन यांच्यासोबत प्रिन्सटनमधील रस्त्यांवरून

फिरायला जात असत. फिरायला जाताना आईन्स्टाईन मोठमोठे रस्ते टाळत असत. कारण त्यांना छोट्या रस्त्याने फिरणं आवडत असे. अशा रस्त्यांच्या कडेला भरपूर झाडं असायची आणि रहदारीदेखील कमी असायची. चर्चा आणि फिरणं या दोन्ही गोष्टी ते यातून साधत असत. असंच एकदा इन्फेल्ड आणि आईन्स्टाईन गप्पा मारत फिरत असताना एक कार त्यांच्याजवळ येऊन थांबली. त्या कारमधून एक महिला खाली उतरली. तिच्या हातात कॅमेरा होता. ती आईन्स्टाईन यांना म्हणाली, ''मी तुम्हाला थोडा त्रास देते. मी तुमचा फोटो काढू शकते का?''

यावर आईन्स्टाईन उत्तरले, ''हो. अवश्य.''

असं म्हणून ते सरळ उभे राहिले आणि त्या महिलेने त्यांची छबी कॅमेऱ्यात कैद केली. फोटोसाठी कशा प्रकारचं दृश्य हवं, हे पाहणं त्यांना गरजेचं वाटलं नाही. त्या महिलेने फोटो काढताच पुन्हा ते चर्चेत मग्न झाले.

२

आईन्स्टाईन यांच्यासोबत कार्य करताना इन्फेल्डना खूप काही शिकायला मिळालं होतं. त्यांचं जवळून निरीक्षण करण्याची संधी मिळाली. दोघांनी मिळून एखादं विज्ञानविषयक पुस्तक प्रकाशित करावं अशी इन्फेल्ड यांची इच्छा होती. आईन्स्टाईन यांच्यासारखा संशोधक सहलेखक आहे, हे पाहून कोणताही प्रकाशक पुस्तक प्रकाशित करायला होकार देईल. इतकंच नव्हे, तर तो रॉयल्टी देण्यासाठीही तयार होईल, असं त्यांना वाटत होतं.

इन्फेल्ड यांनी यासंबंधी आपलं मनोगत आईन्स्टन यांच्याकडे व्यक्त केलं. त्यांनादेखील हा प्रस्ताव खूपच आवडला. सापेक्षता सिद्धान्तावर ते कोणतंही पुस्तक लिहू इच्छित नाहीत, हे त्यांनी इन्फेल्ड यांना स्पष्ट केलं. त्यांना केवळ पदार्थविज्ञानातील मूलभूत धारणा गणिताशिवाय त्यांच्या तार्किक क्रमवारीनुसार प्रस्तुत करण्याची इच्छा होती. पुस्तकासाठी लिखाण सुरू झालं आणि इ.स. १९३८मध्ये 'The Evolution of Physics' या

नावाने पहिल्यांदा पुस्तक प्रकाशित झालं. या पुस्तकाविषयीची अतिशय गमतीशीर बाब ही, की आईन्स्टाईन यांनी या पुस्तकाचं प्रूफदेखील पाहिलं नव्हतं. आईन्स्टाईन यांना पुस्तक खूप आवडलंय, असं इन्फेल्ड यांनी परस्पर प्रकाशकाला सांगून टाकलं होतं.

या पुस्तकाविषयी एकदा 'न्यूयॉर्क टाइम्स'चा पत्रकार आईन्स्टाईन यांना काही विचारू लागला, त्यावर त्यांनी त्या पत्रकाराला उत्तर दिलं, 'पुस्तकाविषयी जे काही सांगायचं आहे, ते त्या पुस्तकात लिहिलं गेलं आहे.'

३

एकदा इन्फेल्ड आईन्स्टाईन यांच्यासोबत चित्रपट पाहण्यासाठी चित्रपटगृहात गेले. नियोजित वेळेत ते त्या स्थळी पोहोचले आणि तिकिट खरेदी केल्यानंतर प्रतीक्षालयात जाऊन बसले. चित्रपट सुरू व्हायला जेमतेम १५-२० मिनिटं वेळ होता. परंतु आईन्स्टाईन यांना रिकामं बसणं अयोग्य वाटू लागलं.

ते इन्फेल्डना म्हणाले, 'चला थोडं फिरून येऊ.'

इन्फेल्डनाही हा विचार आवडला. ते प्रतीक्षालयातून बाहेर जाऊ लागले, तेव्हा इन्फेल्ड चेकरला म्हणाले, 'आम्ही थोड्याच वेळात परत येतो.'

त्याच वेळी आईन्स्टाईन यांनी चिंतित स्वरात चेकरला विचारलं, 'आमच्याकडे तर तिकिट नाही. आम्ही परत आल्यानंतर तुम्ही आम्हाला ओळखाल का आणि आत प्रवेश द्याल का?'

तो बिचारा गडबडून गेला आणि म्हणाला, 'हो साहेब! प्राध्यापक आईन्स्टाईन, मी तुम्हाला नक्कीच ओळखेन.'

४

एकदा ते प्रिन्सटनहून रेल्वेने अन्यत्र निघाले होते. काही काळानंतर

त्यांच्या डब्यात तिकिट तपासनीस आला आणि त्याने आईन्स्टाईन यांना तिकिट मागितलं. अचानक तिकिट तपासनीसाने पुढ्यात येऊन तिकिट मागितल्याने ते गोंधळून गेले आणि त्याच अवस्थेत ते इथे तिथे तिकिट शोधू लागले. त्यांना काही तिकिट सापडलं नाही. त्यांनी आपली सुटकेस उघडून पाहिली. पण त्यातही तिकिट नव्हतं. शेवटी ते जिथे बसले होते त्याच्या आसपास आणि खाली तिकिट शोधू लागले. परंतु त्यांना काही तिकिट मिळालं नाही. त्यांची त्रेधातिरपीट उडालेली पाहून तिकिट तपासणीस म्हणाला, ''राहू द्या, प्राध्यापक महाशय. मी आपल्याला ओळखतो. तुम्ही तिकिट तर काढलंच असणार. पण ते कुठे तरी हरवलं असेल.'' एवढं बोलून तो इतरांची तिकिटं तपासू लागला.

आईन्स्टाईन मात्र पुन्हा बाकड्याखाली वाकून तिकिट शोधू लागले. ते तिकिट तपासनीसाने पाहिलं आणि तो त्यांना म्हणाला, 'राहू द्या, सर! मी तुम्हाला तिकिट मागत नाही.'

त्यावर आईन्स्टाईन म्हणाले, 'ते सगळं ठीक आहे रे. पण नेमकं कुठे जायचंय ते मला तिकिटाशिवाय कसं कळणार?'

आईन्स्टाईन यांच्या जीवनातील त्यांचं प्रिन्सटनमध्ये वास्तव्य असतानाच्या काळातील कित्येक संस्मरणीय किस्से आहेत. आईन्स्टाईन प्रिन्सटनमध्ये वीस वर्षं राहिले. त्यांनी तिथे व्यतीत केलेला काळ म्हणजे हा त्यांच्या जीवनातील एक वेगळाच अध्याय होता. आपली दुसरी पत्नी एल्साच्या मृत्यूनंतर ते एकदम एकाकी झाले होते. परंतु जसजसे ते आपल्या वयाचा एक एक टप्पा पार करत गेले, तसतसे ते आपलं बालपण आठवून त्यात रममाण होऊ लागले. वाढत्या वयात त्यांचं अध्ययन कार्यही चालू राहिलं आणि ते वेगवेगळे शोध लावत राहिले. प्रिन्सटनमध्ये वास्तव्य केल्यानंतर ते पूर्ण शक्तिनिशी आणि दृढ निश्चयाने आपल्या एकत्रित क्षेत्र सिद्धान्ताच्या (Unified Field Theory) शोधात मग्न झाले.

२३

आईन्स्टाईन आणि परमाणू बॉंब

जगावर दुसऱ्या युद्धाचे ढग जमा झाले होते. सर्वप्रथम ऑस्ट्रिया युद्धात ओढलं गेलं. त्यानंतर जर्मनीने पोलंडवर कब्जा केला. त्याच दरम्यान आईन्स्टाईन यांचे जुने सहकारी ओट्टो हान यांना युरेनियम* परमाणू केंद्राचे तुकडे करण्यात यश लाभलं आहे, ही बातमी त्यांना समजली. या बातमीची जगातील अन्य शास्त्रज्ञांनी गंभीरपणे दखल घेतली नाही. पण आईन्स्टाईन आश्चर्यचकित झाले. त्यांना ओट्टो हान यांची योग्यता माहीत होती. ओट्टो हान यांनी पूर्वी त्यांच्यासोबत साहाय्यकाच्या रूपात काम केलं होतं. आईन्स्टाईन यांना भविष्यातील धोका दिसू लागला. त्यामुळे त्यांनी त्वरित सर्व घटना अमेरिकन राष्ट्रपती रुझवेल्ट यांना संक्षिप्त रूपात पत्राद्वारे कळवल्या.

त्यांनी त्यांच्या पत्रात लिहिलं, ‘जर्मनीतील शास्त्रज्ञ युरेनियममधील

** तो शुभ्र धातू जो पाण्यापेक्षा १८.७ पटीने जड आहे, आणि जो आण्विक शक्तीच्या उत्पादनासाठी उपयोगात येतो.*

दोष दूर करण्याच्या कामाला लागले आहेत. ते जर यात यशस्वी झाले तर असा बाँब बनवतील ज्याच्यात खूप मोठा टापू नामशेष करण्याची क्षमता असेल.' या पत्रानंतर अमेरिकन प्रशासनाने परमाणू बाँब बनवण्याच्या दिशेने योजना आखायला सुरुवात केली. आईन्स्टाईन यांचं $E = mc2$ हे सूत्र या परमाणू बाँबचा आधार होतं.

अशा प्रकारे प्रिन्सटनच्या उच्च अध्ययन संस्थेत दाखल होताच आईन्स्टाईन यांच्या जीवनाने एका नव्या प्रवासासाठी पाऊल टाकलं. आईन्स्टाईन यांनी पाठवलेल्या ऐतिहासिक पत्राने अणुबाँबची निर्मिती करण्यात महत्त्वपूर्ण भूमिका बजावली होती. अणुबाँब तयार होताच आईन्स्टाईन आण्विक हत्यारं विकसित करण्याला पायबंद घालण्याचा प्रयत्न करू लागले. इ.स. १९४०मध्ये त्यांना कायदेशीरपणे अमेरिकेचं नागरिकत्वदेखील मिळालं. भावी काळात घडणाऱ्या घटनांनी त्यांच्या समाजचिंतनाला एक वेगळं वळण प्राप्त झालं. इ.स. १९४५मध्ये त्यांना उच्च संस्थेकडून निवृत्तीदेखील मिळाली होती. तरीदेखील ते पूर्वीप्रमाणेच तिथे उत्तम सेवा देत राहिले.

परमाणू बाँबच्या निर्मितीमध्ये आईन्स्टाईन यांनी महत्त्वपूर्ण भूमिका बजावली होती, असं म्हटलं जातं. वास्तविक आईन्स्टाईन युद्धाच्या विरुद्ध होते. परंतु युद्ध तर सुरू झालं होतं आणि जर्मनी परमाणू बाँबच्या शोधात गढून गेली होती. असं काही घडण्यापूर्वी अमेरिकन राष्ट्रपतींना सजग करणं श्रेयस्कर ठरेल, असा त्यांनी विचार केला. त्यामुळेच त्यांनी परमाणू निर्मितीमध्ये अमेरिकेला मदत केली.

अमेरिकेतील तत्कालीन राष्ट्रपती हॅरी ट्रूमॅन (Harry Trueman) यांनी जपानवर अणुबाँबचा हल्ला करण्यासाठी एक अभियान आखायला मंजुरी दिली. या अभियानाविषयी कमालीची गुप्तता पाळण्यात आली होती. ६ ऑगस्ट, १९४५ रोजी जपानच्या हिरोशिमा शहरावर बाँबहल्ला करण्यात

आला. या अणुबाँबला 'लिटल बॉय' या नावानं ओळखलं जात होतं.

या घटनेनंतर तीन दिवसांनी म्हणजेच ९ ऑगस्ट, १९४५ रोजी जपानमधील नागासाकी शहराला लक्ष्य बनवण्यात आलं. या दोन्ही बाँबनी जवळपास १,२०,००० लोक मारले गेले आणि कित्येक लोक जखमी झाले. या विनाशकारी घटनेनंतर जपानने शरणागती पत्करली आणि दुसरं विश्वदेखील समाप्त झालं.

परमाणू बाँबचे अतिशय घातक परिणाम पाहिल्यानंतर आईन्स्टाईन यांना पश्चात्ताप झाला. परमाणू बाँबने इतकं भीषण नुकसान होऊ शकेल, इतकी विदारक स्थिती निर्माण होईल, याची त्यांना कल्पना नव्हती. अन्यथा त्यांनी राष्ट्रपती रुझवेल्ट यांना असा बाँब बनवण्याचा सल्ला कदापि दिला नसता. परमाणू बाँबची चाचणी खुलेआम झाली होती आणि याचे विनाशकारी परिणाम सर्वांना समजून आले होते.

त्यानंतर आईन्स्टाईन कधी कधी चिंताग्रस्त व्हायचे. 'मी सर्व मानवजातीला धोका तर देत नाही ना? माझ्याद्वारे लागलेला एखादा शोध समष्टीच्या विनाशाचं कारण तर ठरणार नाही ना?' अशा विचारांनी ते हैराण होत असत. जपानमधील विनाश पाहून ते अत्यंत व्यथित झाले होते आणि त्यासाठी ते स्वतःला जबाबदार समजत होते.

या घटनेनंतर ते तत्त्ववेत्त्यांसारखं, एखाद्या आध्यात्मिक सत्पुरुषासारखं बोलू लागले. ते नेहमी म्हणत, **'आपण जे काही सर्वोत्तम करण्यात समर्थ आहोत, ते आपण करायलाच हवं. ती आमची एक उच्च जबाबदारी आहे.'** जी व्यक्ती आपलं अथवा आपल्या नातेवाइकांचं जीवन निरर्थक मानते, ती केवळ दुःखीच राहत नाही, तर जीवन जगण्याला सक्षम राहत नाही, असं त्यांचं प्रामाणिक मत होतं.

२४

इस्रायलच्या राष्ट्रपतिपदाचा प्रस्ताव

आईन्स्टाईन यहुदी संस्कृतीचे प्रशंसक होते. स्वतः यहुदी असल्याने त्यांना स्वतःलादेखील यहुदी संस्कृतीबद्दल अतिशय आदर होता. त्यांच्या मृत्यूच्या आधी तीन महिने ते इस्रायलमधील अरबी आणि यहुदी लोकांच्या बिघडलेल्या संबंधांमुळे चिंतित राहू लागले होते. याच विषयावर त्यांनी जानेवारी १९५५ मध्ये ज्वी लुरी (Zvi Lurie) नावाच्या एका 'यहुदी नॅशनल काउन्सिल'च्या सदस्याला पत्र लिहिलं. त्यात त्यांनी व्यक्त केलेले विचार पुढील प्रमाणे आहेत –

'आमच्या सोबत राहणाऱ्या अरब नागरिकांना पूर्ण स्वातंत्र्य बहाल करणं ही इस्रायलची सर्वांत महत्त्वपूर्ण नीती असायला हवी. अरब अल्पसंख्याकांना आपण जी वागणूक देतो, तीच आपल्या लोकांच्या नैतिक मूल्यांचं खरं मोजमाप ठरेल.'

आईन्स्टाईन यांनी इस्रायलच्या अस्तित्वाचा स्वीकार केला होता. इस्रायलच्या हिब्रू विश्वविद्यालयात अमेरिकेची शिक्षणपद्धत लागू करू

नये, असं त्यांचं प्रांजळ मत होतं. परंतु त्यांच्या या मताकडे दुर्लक्ष करून अमेरिकन शिक्षणपद्धती लागू होऊ लागली, तेव्हा त्यांनी आपल्या पदाचा राजीनामा दिला. मग काही दिवसांनी त्यांच्या अटी मान्य केल्या गेल्या आणि ते पुन्हा तेथील कार्यात सहभागी झाले. हाच तो काळ होता जेव्हा इ.स. १९५० मध्ये त्यांनी त्यांचे सर्व दस्तऐवज, मृत्युपत्र, शोधनिबंधाच्या मूळ प्रती इत्यादी गोष्टी हिब्रू विश्वविद्यालयाकडे सुपूर्द केल्या होत्या.

नोव्हेंबर १९५२ मध्ये इस्रायलच्या राष्ट्रपतीचं निधन झालं. त्यांच्या निधनानंतर काही दिवसांनी तेथील पंतप्रधानांनी आईन्स्टाईन यांना राष्ट्रपतिपद स्वीकारावं असा प्रस्ताव पाठवला. परंतु त्यांनी तो नाकारला आणि आईन्स्टाईन यांनी पंतप्रधानांना एक पत्र लिहिलं. त्याचा आशय पुढीलप्रमाणे -

'माझ्याकडे इस्रायलच्या राष्ट्रपतिपदासाठी प्रस्ताव आला आहे, ही बाब माझ्यासाठी निश्चितच अभिमानाची आहे. मी खरंच स्वतःला भाग्यवान समजतो. परंतु मी अतिशय दुःखानं आणि खेदानं हे सांगू इच्छितो, की मी या पदाचा स्वीकार करू शकत नाही. कारण या पदासाठी मी स्वतःला लायक समजत नाही. मी माझं संपूर्ण जीवन विज्ञानविषयक संशोधनामध्ये व्यतीत केलं आहे. म्हणून मी जनतेसमवेत राहून योग्य रीतीने काम करू शकत नाही. माझ्यात सरकारी कामकाज सांभाळण्याची क्षमता नाही. त्याचबरोबर मला राजकारणाचा कसलाच अनुभव नाही. मी माझं वयोमान आणि क्षीण होत जाणारी शक्ती यांकडे दुर्लक्ष केलं तरीदेखील हे पद सांभाळण्यासाठी मी स्वतःला अपात्रच समजतो.'

अनेकांप्रमाणे त्यांनीदेखील आत्मचरित्र लिहिलं नाही. त्यांनी लिहिलेल्या काही आठवणींमध्ये केवळ त्यांच्या जीवनातील महत्त्वपूर्ण घटना आणि विचारांचा उल्लेख केलेला आढळतो.

दुसरं विश्वयुद्ध समाप्त झाल्यानंतर ते शांती प्रस्थापित करण्याच्या

प्रयत्नात सहभागी झाले. जसजसा काळ जात होता, तसतसा त्यांचा अमेरिकेत दर्जाही वाढत गेला. इ.स. १९५० मध्ये एका दूरचित्रवाणीच्या कार्यक्रमात प्रमुख वक्ता बनण्याची संधी त्यांना लाभली. त्या कार्यक्रमात राष्ट्रपती रुझवेल्ट यांच्या पत्नीशी त्यांची चर्चा झाली. त्या आधीच अमेरिकेने 'लवकरच अधिक शक्तिशाली हायड्रोजन बॉंब बनवला जाईल,' अशी घोषणा केली होती. आईन्स्टाईन यांनी त्या दूरचित्रवाणीच्या कार्यक्रमात चर्चेदरम्यान राष्ट्रीय शस्त्रसज्जता, मानवी सुरक्षा आणि हायड्रोजन बॉंबचे घातक परिणाम अशा विषयांवरील आपली मतं प्रस्तुत केली.

अमेरिकन सरकारने बनवलेल्या वर्णभेद नीतीनेही आईन्स्टाईन व्यथित झाले होते. इ.स. १९४६ साली त्यांना कृष्णवर्णीय लोकांसाठी स्थापन केलेल्या लिंकन विश्वविद्यालयाकडून 'डॉक्टरेट' प्रदान करण्यात आली. ते स्वतःला जितकं अमेरिकन नागरिक समजायचे, तितके ते मनातून दुःखीही व्हायचे. अमेरिकन नागरिकांच्या सामाजिक दृष्टिकोनाबद्दल विचार केल्यानंतर ते उद्विग्न होत असत. कारण त्यांची समता, बंधुभाव आणि माणुसकी केवळ गोऱ्या कातडीपर्यंतच सीमित होती. अमेरिकेत निग्रो लोकांबाबत केला जाणारा भेदभाव, त्यांना दिली जाणारी वागणूक हा समाजाला जडलेला घातक रोग आहे, असं ते समजायचे. शिवाय त्यांचे हे विचार ते मुक्तपणे व्यक्त करायचे.

शाळेतील विद्यार्थ्यांना मार्गदर्शन करताना आईन्स्टाईन नेहमी म्हणत, 'लक्षात ठेवा, तुम्ही शाळेत ज्या उत्तम गोष्टी शिकता, ते कितीतरी पिढ्यांचं काम आहे. या गोष्टी प्राप्त करण्यासाठी जगातील प्रत्येक देशात उत्साहाने प्रयत्न केले गेले. शिवाय त्यासाठी अथक परिश्रमही घेतले गेले. हे ज्ञान तुम्ही ग्रहण करून त्याचा उचित आदर करावा आणि ते वृद्धिंगत करून एके दिवशी प्रामाणिकपणे तुमच्या मुलांकडे सोपवावं. हे ज्ञान, हा उद्देश, एक ठेवा म्हणून तुमच्याकडे सोपवण्यात आला आहे. ही बाब लक्षात ठेवून मार्गक्रमण केलं तर तुमच्या जीवनाला आणि कार्याला अर्थ लाभेल. किंबहुना तुम्ही अन्य देश आणि युग यांबद्दल योग्य दृष्टिकोन बाळगू शकाल.'

२५

अंतिम स्वाक्षरी

आईन्स्टाईन यांनी आपल्या मृत्युपूर्वी पंधरा दिवस आधी बर्नार्ड कोहेन (Bernard Cohen) यांना मुलाखत दिली होती. बर्नार्ड यांनी त्यांच्या निवासस्थानी जाऊन त्यांच्याशी अनेक पैलूंवर अतिशय तन्मयतेने सविस्तर चर्चा केली. त्यावेळी आईन्स्टाईन यांनी आपला परिचित पोशाख परिधान केला होतो. त्या दोघांमध्ये मॅक्स प्लान्क, न्यूटन, फ्रँकलिन, गॅलिलिओ इत्यादी संशोधकांविषयी चर्चा चालू होती. चर्चेदरम्यान ते वारंवार सिगारेट ओढत होते. त्यावेळी थंडीदेखील जास्त होती. त्यामुळे त्यांनी आपल्या पायावर चादर ओढून घेतली होती. दोघांमध्ये संवाद चालू असतानाच अचानक त्यांचा मूड बदलायचा आणि ते मध्येच खो खो हसायचे. पुढील काही दिवसांतच ते जगाचा निरोप घेणार आहेत, असं त्यांच्याशी बोलताना अजिबात वाटत नव्हतं.

त्यांच्या अखेरच्या काळात आईन्स्टाईन म्हणाले, 'मी माझ्या जीवनाच्या अखेरच्या वर्षांबद्दल अतिशय आनंदी आहे. मी आयुष्यभर

माझा विनोदी स्वभाव जपला. मी स्वतःकडे आणि इतरांकडेही कधी गांभीर्याने पाहिलं नाही. मी नेहमी जीवन जगण्याचा आनंद लुटतो. जर का अचानक सर्वकाही संपलं तरीदेखील मला त्याचं दुःख होणार नाही. माझ्या मृत्यूनंतर माझं निवासस्थान एखाद्या तीर्थक्षेत्रात परिवर्तित होऊ नये, असं मला वाटतं. माझ्या निधनानंतर अस्थींची पूजा करण्यासाठी लोकांनी घरी येत राहू नये, यासाठी माझ्या देहावर अग्निसंस्कार करावा असं त्यांनी सांगितलं. माझा अंतसमय येईल तेव्हा मी कोणत्याही औषधोपचाराशिवाय प्राण त्यागेन. 'माझं जीवन यशस्वी झालं की अयशस्वी?' असा प्रश्न मी मृत्युशय्येवरच नव्हे, तर त्यापूर्वीही कधी स्वतःला विचारणार नाही. हा निसर्ग कोणी इंजिनिअर अथवा एखादा ठेकेदार नाही. मी स्वतःदेखील या निसर्गाचा एक अंश आहे. मला माझ्या इच्छेनुसारच जायचं आहे. जीवन कृत्रिमपणे वाढवत राहण्याने त्यात अजिबात रस राहत नाही. मी माझ्या वाट्याचं कार्य केलं आहे. आता परतीची वेळ आल्याने मी सहजतया माघारी जाऊ इच्छितो.'

बर्ट्रांड रसेल ११ एप्रिल, १९५५ या दिवशी आईन्स्टाईन यांच्या घरी आले होते. हायड्रोजन बॉंबचं परीक्षण आणि त्याचे विघातक परिणाम व्यक्त करण्यासाठी त्यांनी एक घोषणापत्र तयार केलं होतं. या घोषणापत्राविषयीचे आईन्स्टाईन यांचे विचार त्यांना जाणून घ्यायचे होते आणि त्या पत्रावर त्यांची स्वाक्षरीदेखील घ्यायची होती. या विषयावर त्या दोघांमध्ये मागील दोन महिन्यांपासून सतत चर्चा सुरू होती. अखेर आईन्स्टाईन यांनी या घोषणापत्रावर स्वाक्षरी केली. परंतु ही त्यांची शेवटचीच स्वाक्षरी ठरणार आहे, हे कोणालाही माहीत नव्हतं. त्यानंतर दोन दिवसांनीच म्हणजे १३ एप्रिल, १९५५ या दिवशी त्यांचं पोट अचानक दुखू लागलं. त्यांना तातडीने प्रिन्सटन हॉस्पिटलमध्ये नेण्यात आलं. त्याच हॉस्पिटलमध्ये मारगॉट या त्यांच्या मुलीवरही उपचार सुरू होते. कोणत्या तरी आजारामुळे तिला तिथे दाखल करण्यात आलं होतं.

त्यानंतर आईन्स्टाईन यांची वैद्यकीय तपासणी करण्यात आली. त्यानुसार त्यांच्या पित्ताशयाला खूप सूज आली असल्याने पोट दुखत आहे, असं सांगण्यात आलं. डॉक्टरांनी त्वरित शस्त्रक्रिया करण्याचा सल्ला दिला. परंतु आईन्स्टाईन यांनी शस्त्रक्रिया करायला नकार दिला. त्यांना यत्किंचितही मृत्यूचं भय वाटत नव्हतं. एखाद्या शस्त्रक्रियेने आपलं आयुर्मान वाढवण्याची त्यांची इच्छा नव्हती. कृत्रिम साधनांनी आयुष्य वाढवत राहणं त्यांना रुचत नव्हतं. त्यांनी त्यांच्या जीवनातील सगळी कार्यं पूर्णत्वाला नेली होती आणि आता ते थाटात परत जाऊ इच्छित होते. ते जितके दिवस हॉस्पिटलमध्ये होते, तितके दिवस ते आपल्या शोधांच्या गणनेमध्ये व्यग्र राहिले.

त्यांचा मोठा मुलगा हान्स अल्बर्ट त्या वेळी कॅलिफोर्निया विश्वविद्यालयात प्राध्यापक म्हणून काम करत होता. मारगॉटने त्यांना आईन्स्टाईन यांच्या आजाराचं वृत्त कळवलं आणि लगेचच प्रिन्सटनला पोहोचले. आपल्या मुलाकडे पाहून त्यांचे डोळे भरून आले, ते मुलाला पाहून मनोमन अतिशय आनंदी झाले.

१७ एप्रिलची रात्र संपत आली होती आणि १८ एप्रिलची सकाळ उजाडू लागली होती. परंतु विश्वातील एक महान शास्त्रज्ञ ती सकाळ पाहू शकणार नाही, याची कोणालाही कल्पना नव्हती. मध्यरात्री त्यांच्या श्वासोच्छ्वासाची गती खूपच वाढली. हे पाहून त्यांच्यावर देखरेख करणारी परिचारिका डॉक्टरांना पाचारण करण्यासाठी पटकन धावली. ते थोड्याच वेळात या जगाचा कायमचा निरोप घेणार आहेत असं वाटू लागलं होतं. ते जर्मन भाषेत काहीतरी बोलले. परंतु ती परिचारिका ते समजू शकली नाही. म्हणून ती त्यांच्याजवळ गेली आणि ते काय म्हणतायत हे जाणण्याचा तिने प्रयत्न केला. परंतु पाहता पाहता त्यांनी डोळे मिटले आणि आईन्स्टाईन हे भौतिक जग सोडून कायमचे निघून गेले.

मृत्यूनंतर त्यांच्या शरीरावर अग्निसंस्कार करावेत, हे त्यांनी आधीच

जाहीर केलं होतं. लोकांनी त्यांच्या अस्थींचं दर्शन करत बसू नये, हे कारण त्यामागे होतं. त्यांच्या इच्छेनुसार प्रिन्सटन येथील स्मशानभूमीत त्यांच्यावर अंत्यसंस्कार करण्यात आले. पण त्यांच्या अंत्यसंस्काराची बातमी काही निवडक लोकांनाच देण्यात आली होती. अग्निसंस्कारानंतर त्यांच्या शरीराची राख अज्ञात स्थळी विसर्जित करण्यात आली.

आईन्स्टाईन यांच्या मृत्यूनंतर प्रसिद्ध लेखक रोलँड बार्थ यांनी एक मनोवेधक वक्तव्य केलं. ते म्हणाले, 'जगातील सर्वांत शक्तिशाली बुद्धीने आता काम करणं बंद केलं आहे.' आईन्स्टाईन यांनी आपल्या $E = mc2$ या समीकरणांतर्गत जी परिकल्पना केली होती, तिला रोलँड बार्थ यांनी एका गुप्त संकेताची उपमा दिली. तिच्या मदतीने आईन्स्टाईन यांनी निसर्गातील रहस्य जवळजवळ पूर्णपणे उलगडलं होतं. हा संकेत त्यांच्यासाठी एखाद्या अद्भुत पेटाऱ्याच्या किल्लीसारखाच होता. कारण या संकेताच्या साहाय्यानेच तो पेटारा उघडला जाऊ शकत होता. या पेटाऱ्याच्या अतिशय निकट जरे कोणी व्यक्ती पोहोचू शकली असेल, तर ती होती आईन्स्टाईनच!

भाग ६

आईन्स्टाईनचं भौतिक जग

२६

क्वांटम सिद्धान्त

इ.स. १९०० च्या दशकात क्वांटम थिअरीने क्लासिकल फिजिक्सचा चेहरामोहराच बदलून टाकला. मॅक्स प्लांक हे पहिले संशोधक होते, जे आपल्या नव्या संशोधनासह लोकांसमोर आले. आईन्स्टाईन हे पहिले पदार्थविज्ञानशास्त्रज्ञ होते, जे म्हणाले, 'क्वांटम जगतातील मॅक्स प्लांक यांच्या शोधामुळे पदार्थविज्ञान पुन्हा लिहावं लागेल.' आपलं विधान सिद्ध करण्यासाठी त्यांनी इ.स. १९०५ मध्ये एक प्रस्ताव मांडला, 'प्रकाश केवळ एक तरंग नसून तो कितीतरी वेळा एखाद्या कणाप्रमाणे समोर येतो, ज्याला त्यांनी 'लाइट क्वांटम' हे नाव दिलं.' ते म्हणाले, 'प्रकाश लहान कणांच्या रूपात राहतो.' या कणांना त्यांनी फोटॉन्स' असं नाव दिलं. ही एक अत्यंत महत्त्वपूर्ण घटना होती, जी पुढे पदार्थविज्ञान हे जगतच बदलणार होती. या शोधाच्या विस्तारातूनच पुढे त्यांच्या E = mc2 या प्रसिद्ध समीकरणाचा जन्म झाला.

१९२०च्या दशकात हायजेनबर्ग, बोर आणि श्रोडिंगर यांसारखे

नवे संशोधक पदार्थविज्ञान जगतात उदयाला येत होते. क्वांटम सिद्धान्त हा ब्रह्मांडातील प्रत्येक वस्तू समजून घेण्याचा एक नवीन दृष्टिकोन होता. १९२७मध्ये जर्मन पदार्थविज्ञानशास्त्रज्ञ हायजेनबर्ग यांनी मांडलेल्या अनिश्चिततेच्या सिद्धान्तानुसार असं म्हटलं जातं, की 'ब्रह्मांडात सर्वकाही अनपेक्षितपणे घडत असतं.'

यालाच हायजेनबर्ग यांनी 'अनसर्टन्टी प्रिन्सिपल' वा 'अनिश्चिततेचा सिद्धान्त' असं नाव दिलं. थोडक्यात हा सिद्धान्त असा, 'कोणत्याही वस्तूच्या दोन वेगवेगळ्या गुणधर्मांचं योग्य मूल्यमापन (स्थिती व गती) निश्चित करता येत नाही.' या सिद्धान्तानेच 'शक्यता शास्त्र' उदयाला आलं. नील्स बोर आणि आईन्स्टाईन या दोघांमध्ये नेहमी अनसर्टन्टीच्या सिद्धान्तावर चर्चा होत असे. नील्स बोर यांच्या मताशी आईन्स्टाईन सहमत होत नसत. एके दिवशी ते म्हणाले, 'ईश्वर फाशाचा खेळ खेळत नाही.' यावर बोर यांनी उत्तर दिलं, 'आईन्स्टाईन, ईश्वराने काय करावं, हे तुम्ही त्याला सांगू नका.'

पदार्थविज्ञानाचे नियम म्हणजे ईश्वराची अभिव्यक्ती आहे आणि ती गणिताद्वारे समजू शकते, असं आईन्स्टाईन यांचं मत होतं. त्याचबरोबर जर हे नियम व्यवस्थित समजून घेतले, तर आपण ब्रह्मांडातील प्रत्येक कार्य अगदी बारकाईने समजू शकतो, असंही त्यांचं मत होतं.

इ.स. १९२७मध्ये सोल्वे येथे एक मोठी परिषद भरली. त्यात आईन्स्टाईन, बोर, श्रोडिंगर, हायजेनबर्ग अशा अनेक महान संशोधकांनी भाग घेतला. तिथे क्वांटम थिअरीविषयी अनेक प्रकारची मतं समोर आली. कित्येक प्रश्नांची उत्तरं अद्याप मिळालेली नव्हती. मात्र एकाच समीकरणात सर्व प्रश्नांची उत्तरं मिळावीत, असं निराकरण लाभावं अशी आईन्स्टाईन यांची इच्छा होती. त्यांनी 'युनिफाइड फिल्ड थिअरी'वर काम केलं. त्यात त्यांनी जनरल रिलेटिव्हिटीचा संपर्क शोधण्याचा प्रयत्न केला, जो

इलेक्ट्रोमॅग्निटिजमच्या रूपात ग्रॅव्हिटीला सांभाळत होता. इलेक्ट्रोमॅग्निटिजम आणि ग्रॅव्हिटी एकाच मूलभूत फील्डची वेगवेगळी रूपं होती. अशा प्रकारे असा फॉर्म्यूला समोर आला, ज्यामुळे मनुष्याला पुढे जाण्यात मदत झाली आणि ते त्यांच्या जीवनाच्या अंतापर्यंत त्यावरच काम करत राहिले. आजदेखील या क्षेत्रात काम चालू आहे आणि ते 'थिअरी ऑफ एव्हरीथिंग' या नावाने ओळखलं जातं.

२७

आईन्स्टाईन आणि मानवी मेंदू

आईन्स्टाईन यांच्या मतानुसार मनुष्याच्या मेंदूला अनंत ऊर्जेचं आणि शक्तींचं भांडार मानलं गेलंय. मेंदूची विभागणी दोन भागांत केली गेली. पहिला भाग 'चेतन मन' या नावाने ओळखला जातो. हा मेंदूचा तो भाग आहे, ज्यात घडणाऱ्या सर्व क्रियांची माहिती आपल्याला असते. दुसऱ्या भागाला 'अर्धचेतन मन' म्हटलं जातं. आपल्याला याची माहिती नसल्याने अनुभवदेखील खूप कमी होतो. सामान्य भाषेत सांगायचं झालं तर अर्धचेतन मन हे समुद्रातील हिमनगासारखं असतं. हिमनगाचा काही भागच आपल्याला दिसतो आणि त्याचा मोठा हिस्सा पाण्याखाली असतो, जो आपल्याला दिसत नाही. याचप्रकारे मेंदूचा खूप मोठा भाग अर्धचेतन मनाने व्यापला आहे. तो आपण खूप कमी अनुभवू शकतो.

तसं पाहिलं तर चेतन मनच सर्व निर्णय घेतं. अर्धचेतन मन सर्व तयारी, रचना आणि व्यवस्था करतं. कोणतं काम करायचं, हे चेतन मन ठरवतं आणि ते कसं करायचं, हे अर्धचेतन मन ठरवतं. मनुष्याच्या सर्व दबलेल्या इच्छा

आणि विचार अर्धचेतन मनात असतात. मनुष्याचं व्यक्तिमत्त्व अर्धचेतन मनापासूनच तयार होतं. त्याच्या आचारात आणि वर्तनात हे मन अतिशय महत्त्वाची भूमिका बजावतं. शेक्सपिअरच्या मतानुसार, '**मनुष्याचं मन एक बाग आहे आणि तो त्याचा माळी आहे.' मनुष्य एक माळी आहे, जो विचाररूपी बीजं अर्धचेतन मनात पेरतो**. तो अर्धचेतन मनात जे पेरतो, तसंच फळ प्राप्त करतो. यासाठीच मनुष्याने आपले विचार असे बनवायला हवेत, ज्यायोगे तो इच्छित स्थिती प्राप्त करू शकेल.

मानवी मेंदू जेव्हा एखाद्या गोष्टीबाबत विचार करतो आणि त्यावर विश्वास ठेवतो, तेव्हा तो ती प्राप्तही करतो. कारण मनुष्याचा मेंदू ज्या गोष्टी पाहतो, त्याचा अनुभव करतो आणि तो ते अनुभव अर्धचेतन मनाकडे पाठवतो. त्यानंतर अर्धचेतन मन ब्रह्मांडातील सर्व शक्तींसोबत कार्य करून एक अशी वस्तुस्थिती निर्माण करतो, जी त्या संदेशावर आधारित असते. तिचा जन्म मनुष्याच्या मेंदूत झाला होता. परंतु केवळ विचार करून आणि आशावादी राहून सगळं काही आपोआप होईल, असा याचा अर्थ नाही. मनुष्य जर त्याच्या कार्याप्रति पूर्णपणे समर्पित असेल, तर तो निश्चितच ते कार्य पूर्ण करतो. परंतु यासाठी त्याला मेंदूच्या शक्तींचा कसा उपयोग करायच, हे जाणण्याची आवश्यकता असते.

वास्तविक मनुष्याला त्याच्यात दडलेल्या क्षमतांची पूर्ण माहिती नसते. याच गोष्टीला तो त्याचा कमकुवतपणा समजतो. मनुष्याचा मेंदुरूपी बायो कॉम्प्यूटर त्याच्या धारणांनुसार कार्य करतो. मेंदू त्याच्या धारणांनुसार कार्य करतो. सीमित धारणा मनुष्याचे विचार संकुचित करतात. त्यामुळे कोणीही व्यक्ती सखोल अथवा सविस्तर विचार करू शकत नाही. त्याच्यातील नकारात्मकता त्याच्यावर अनेक प्रकारची बंधनं लादते. त्यामुळे त्याची कितीतरी ऊर्जा आणि वेळ नष्ट होतो.

खरंतर मनुष्य आपल्या मेंदूच्या एक टक्का हिश्श्याचाच वापर करतो.

परंतु ही विचार करण्यासारखी बाब आहे, की तो आपल्या मेंदूचा केवळ एक टक्का भागच का वापरतो? मेंदूच्या डाव्या आणि उजव्या बाजूंमध्ये समन्वय राखण्याची कोणतीही सुनियोजित पद्धत त्याला ठाऊक नाही, हे खरंतर त्यामागील कारण आहे. जोपर्यंत मेंदूच्या दोन्ही भागांमध्ये योग्य रीतीने समन्वय साधला जात नाही, तोपर्यंत पूर्ण मेंदू कार्यरत होत नाही. **मेंदू हा असा अवयव आहे, जो चोवीस तासात मनुष्याच्या विचार करण्याच्या, समजण्याच्या आणि अनुभव करण्याच्या पद्धतीत पूर्णपणे बदल करू शकतो.**

मेंदूमध्ये उपलब्ध असलेल्या कल्पनाशक्तीद्वारे आशा आणि उद्दिष्ट साकार करण्यासाठी वेगवेगळे मार्ग सुचवले जातात. त्याचबरोबर इच्छा आणि उत्साहरूपी प्रेरक क्षमतादेखील दिलेली असते. यांच्या आधारावरच योजना आणि उद्दिष्ट यांना पूरक ठरणारं कार्य पूर्णत्वाला नेलं जाऊ शकतं. आस्थेच्या क्षमतेद्वारे संपूर्ण मेंदू असीम बुद्धीच्या प्रेरक शक्तीकडे वळतो. तर्कशक्तीद्वारे तथ्य आणि सिद्धान्ताविषयीच्या धारणा, विचार आणि योजना यांमध्ये परिवर्तित केलं जाऊ शकतं. टेलिपॅथीद्वारे अन्य व्यक्तीच्या मेंदूला मौनरूपात संदेश पाठवले जाऊ शकतात. मेंदूच्या निष्कर्ष-शक्तीच्या आधारे भूतकाळाचं विश्लेषण करून भविष्यासंबंधी पूर्वानुमान लावता येऊ शकतं. दार्शनिक लोक भविष्याचं अनुमान लावण्यासाठी भूतकाळाकडे का पाहतात, याकडे ही क्षमता संकेत करते. मेंदू हा मानवी संबंध आणि मानवी व्यवहारांचा स्रोत आहे. आत्मानुशासन-शक्तीद्वारे मेंदू कोणतीही चांगली सवय स्वीकारतो आणि पुढेदेखील ती कायम ठेवतो. मित्रत्वाची आणि शत्रुत्वाची भावना याद्वारेच निर्माण होते. मेंदूला कोणत्या प्रकारचे संकेत दिले गेले आहेत, यावर हे अवलंबून असते. वास्तव हे आहे, की मानवी मेंदू जो विचार करू शकतो आणि ज्यावर विश्वास ठेवू शकतो, ते तो प्राप्तही करू शकतो.

अल्बर्ट आईन्स्टाईन

सामान्य मनुष्य आपल्या मेंदूचा केवळ एक टक्का भागच उपयोगात आणू शकतो. परंतु अल्बर्ट आईन्स्टाईन यांनी मेंदूच्या तेरा टक्के भागाचा उपयोग केला होता. या क्षमतेमुळेच त्यांनी विज्ञानातील कित्येक महत्त्वपूर्ण सिद्धांन्तावर संशोधन करून ते जगासमोर आणले, जे आधुनिक पदार्थविज्ञानाचा पाया समजले जातात.

अल्बर्ट आईन्स्टाईन

२८

आईन्स्टाईन यांचे काही अमूल्य विचार

१) बहुसंख्य लोकांचा असा गैरसमज असतो, ती बुद्धीच असते, जी एखाद्या व्यक्तीला महान शास्त्रज्ञ बनवते. त्यांची ही विचारधारणाच चुकीची आहे. एखाद्या व्यक्तीचं चारित्र्यच त्याला महान शास्त्रज्ञ बनवतं.

२) तुम्हाला जर एखाद्या खेळाडूपेक्षा अधिक चांगलं खेळायचं असेल, तर प्रथम तुम्हाला खेळाचे नियम शिकावे लागतील.

३) यशस्वी होण्याचा पहिला नियम – धावू नका, केवळ जागृत व्हा.

४) प्रत्येक मनुष्य बुद्धिमान आहे. परंतु तुम्ही जर एका पाण्यातील माशाची पारख त्याच्या झाडावर चढण्याच्या योग्यतेवरून करत असाल, तर तो त्याचे संपूर्ण आयुष्य स्वतःला मूर्ख समजतच जगेल.

५) ज्या मनुष्याने कधीही चूक केली नाही, त्याने नवीन काही करण्याचा प्रयत्नच केला नाही.

६) खरं शिक्षण तेच जे तुम्हाला तेव्हादेखील आठवणीत राहील, जेव्हा

तुम्हाला जे आठवत होतं, ते तुम्ही विसरून गेला आहात.

७) भूतकाळापासून शिकणं, वर्तमानात जगणं आणि भविष्याबद्दल आशावादी राहणं सर्वांत महत्त्वपूर्ण गोष्ट आहे. प्रश्न विचारणं कधीही बंद करू नका.

८) हिंसा नेहमी अतिशय मोठा अडथळादेखील सहजपणे दूर करू शकते. परंतु ती कधीही सर्जनशील असू शकत नाही.

९) मी कधीही स्वर्ग आणि नरक यांपैकी एकाला चांगलं तर दुसऱ्याला वाईट मानत नाही. कारण माझे मित्र या दोन्ही ठिकाणी राहतात.

१०) जीवन जगण्याच्या दोन पद्धती असू शकतात – पहिली ही की या जगात चमत्कार म्हणण्यासारखं काहीही नाही आणि दुसरी ही की हे जग चमत्कारांनी भरलेलं आहे.

११) तर्काच्या आधारे तुम्ही एका स्थानापासून दुसऱ्या स्थानापर्यंत चालत जाऊ शकता. परंतु कल्पना तुम्हाला कुठेही घेऊन जाऊ शकते.

१२) आपण नेहमी आपल्यावर आलेल्या एखाद्या संकटाने घाबरून जातो. परंतु त्या संकटातच काही ना काही संधी दडलेली असते.

१३) हे विश्व भयानक आहे, ते जे लोक दुष्कर्म करतात त्यांच्यामुळे नव्हे, तर जे लोक वाईट होताना पाहत बसतात आणि वाईट होऊ देतात.

१४) परिस्थिती ही मानवापेक्षा अधिक कमकुवत असते.

१५) एकच काम पुन:पुन्हा करत राहणं आणि नेहमी त्यापासून वेगवेगळ्या परिणामांची अपेक्षा करणं शुद्ध वेडेपणा आहे.

१६) प्रश्न विचारल्याशिवाय एखाद्या अधिकृत व्यक्तीचं म्हणणं मान्य करणं हे सत्याविरुद्ध आहे.

१७) मानवी जीवन जर जिवंत ठेवायचं असेल, तर आपल्याला एकदम नवीन विचारधारणेची आवश्यकता आहे.

१८) एक यशस्वी व्यक्ती बनण्याचा प्रयत्न करण्यापेक्षा जीवनमूल्यांच्या आधाराने मार्गक्रमण करणारा मनुष्य बनण्याचा प्रयास करा.

१९) भीतीच्या साहाय्याने कधीही शांती प्रस्थापित करता येत नाही. आपण जेव्हा आपापसात विश्वास निर्माण व्हावा यासाठी प्रामाणिकपणे प्रयत्न करतो, तेव्हाच शांती प्रस्थापित होऊ शकते.

२०) धर्माशिवाय विज्ञान पांगळं आहे आणि विज्ञानाशिवाय धर्म अंधळा आहे.

२१) तुम्ही एखादी गोष्ट अतिशय सहजपणे समजावू शकत नसाल, तर याचा अर्थ, तुम्हाला स्वतःलाच ती व्यवस्थित समजलेली नाही.

२२) एखाद्या मनुष्याची किंमत तो काय मिळवू शकतो, यावरून ठरवता येत नाही, तर तो काय देऊ शकतो, यावरून ठरवली जाऊ शकते.

२३) व्यक्तिमत्त्व पाहण्याने अथवा ऐकण्याने विकसित होत नाही, ते केवळ मेहनत आणि काम करण्यानेच विकसित होतं.

२४) वेळ अतिशय कमी आहे. आपल्याला जर काही करायचं असेल, तर ते आतापासूनच सुरू करायला हवं.

२५) स्वतःला सत्य आणि ज्ञान यांचा न्यायाधीश समजणाऱ्या व्यक्तीचा नकली विश्वास ईश्वरच भग्न करतो.

२६) बुद्धिमत्तेला एक सीमा असते, हाच मूर्खपणा आणि बुद्धिमत्ता यात फरक आहे.

२७) शांती ही शक्तीद्वारे कधीही प्राप्त करता येऊ शकत नाही, ती केवळ समजेद्वारेच प्राप्त केली जाऊ शकते.

२८) आपण आपल्या समस्या त्याच विचारधारणेने संपुष्टात आणू शकत नाही, ज्या विचारांनी आम्ही त्या निर्माण केल्या आहेत.

२९) ज्ञानापेक्षाही कल्पनेची अधिक आवश्यकता आहे.

३०) तथ्याचा जर सिद्धान्तांशी ताळमेळ साधत नसेल, तर तथ्य बदला.

३१) ईश्वरासमोर आपण सर्व तितकेच बुद्धिमान आणि तितकेच मूर्ख आहोत.

३२) तुम्हाला जर प्रसन्न जीवन जगण्याची इच्छा असेल, तर त्याला एक व्यक्ती अथवा वस्तू न समजता एक लक्ष्य समजा.

३३) व्यक्तीने काय होत आहे, हे पाहायला हवं. त्याच्या मतानुसार काय व्हायला हवं, हे पाहू नये.

३४) न्यूटनच्या बाबतीत विचार करणं म्हणजे त्यांच्या महान कार्याचं स्मरण करणं होय. त्यांना एक सर्वव्यापी सत्य सिद्ध करण्यासाठी किती संघर्ष करावा लागला, यावरूनच त्यांच्या व्यक्तिमत्त्वाची महती जाणता येते.

३५) बुद्धीचा योग्य संकेत ज्ञान नव्हे, तर कल्पनाशीलता आहे.

३६) एक टेबल, एक खुर्ची, एक वाडगाभर फळं आणि एक व्हायोलिन; यापेक्षा खूश राहण्यासाठी आणखी काय हवं बरं?

३७) योगायोग हा ईश्वराचा एक गुप्त मार्ग आहे.

३८) सत्य आणि ज्ञान यांचा सतत शोध घेत राहणं हे एखाद्या मनुष्याचं सर्वांत मोठं वैशिष्ट्य होऊ शकतं.

हे पुस्तक वाचल्यानंतर आपला अभिप्राय कृपया या पत्त्यावर अवश्य पाठवा.
Tej Gyan Global Foundation, Pimpri Colony Post Office, P.O.Box 25, Pune-411017. Maharashtra (India).

'सरश्रीं'द्वारे रचित इतर पुस्तकं

वर्तमान एक जादू
उज्ज्वल भविष्याची निर्मिती आणि प्रत्येक समस्येवरील उपाय

Also available in Hindi

पृष्ठसंख्या : १६०
मूल्य : ₹ १७५

वर्तमान म्हणजे...

आश्चर्याचं स्थान... आनंदाचा स्रोत... यशाचं रहस्य... उज्ज्वल भविष्याचा पाया... प्रत्येक समस्येवरील उपाय... भूत आणि भविष्य यांपलीकडे असलेली अवस्था... सर्वोच्च शक्यतेचं पहिलं द्वार... निसर्गाने बहाल केलेला सर्वोत्तम उपहार...

तुम्ही जर विचार करत असाल, 'वर्तमानात इतकी गहनता कशी असू शकेल?' तर निश्चितच तुमच्या प्रत्येक प्रश्नाचं उत्तर या पुस्तकात आहे.

वर्तमानाचा अर्थ आपण जितक्या सखोलतेनं समजून घ्याल, तितका तो अधिकाधिक गहिरा होत जाईल. प्रस्तुत पुस्तकाद्वारे याच गहनतेची ओळख आपल्याला होणार आहे. या क्षणी तुम्ही हे पुस्तक तुमच्या जीवनात आकर्षित केलं आहे, तेव्हा त्याचा संपूर्ण लाभ अवश्य घ्यावा.

सुखी जीवनाचे पासवर्ड

दुःख, अशांती आणि उद्विग्नतेच्या
कैदेतून सुखाला करा मुक्त

Also available in Hindi

पृष्ठसंख्या : १६८
मूल्य : ₹ १६०

मनुष्य स्वतःचं जीवन चुकीच्या सवयी आणि नकारात्मक विचारांमुळे गुंतागुंतीचं आणि बिकट बनवतो. मग बंधनांतून मुक्त होऊन स्वातंत्र्य प्राप्त करणं ही तर त्याच्यासाठी खूपच दूरची गोष्ट ठरते. उलट तो स्वतःच बनवलेल्या दुःखरूपी जाळ्यात जीवन जगायला विवश होतो. शांती आणि संतुष्टी यांच्यापासून तो दुरावला जातो. याउलट मनुष्य जेव्हा सुखी जीवनाची सूत्रं, पासवर्ड समजून घेतो, तेव्हा तो खऱ्या अर्थानं सुखी आणि संपन्न जीवनाचं महाद्वार उघडतो.

प्रस्तुत पुस्तकात सुखी जीवनाचे आठ पासवर्ड दिले आहेत. त्यांच्या साहाय्याने आपण दुःख आणि अशांतीचं लॉकर खोलू शकाल. वरवर पाहिलं तर हे आठ पासवर्ड तुम्हाला अगदी सामान्य वाटतील. परंतु दैनंदिन जीवनात यांचा उपयोग केला, तर शांती आणि संतुष्टी यांचा तुमच्यावर वर्षाव होईल.

जीवनाची 5 महान रहस्यं

प्रेम, आनंद, मौन, समृद्धी
आणि परमेश्वर प्राप्तीचा मार्ग

Also available in Hindi

पृष्ठसंख्या : १६०
मूल्य : ₹ १६०

शारीरिक, मानसिक, आर्थिक, सामाजिक आणि आध्यात्मिक अशा जीवनाच्या पाच महत्त्वपूर्ण भागांचा विकास करण्यासाठी मार्गदर्शन मिळू शकेल अशा एखाद्या पुस्तकाच्या प्रतीक्षेत आपण आहात का? पंचकल्याणाचा मार्ग आपल्याला हवाय का?

या पुस्तकाद्वारे आपण जाणाल- *कधीही न बदलणारा सृष्टीचा महानियम *समस्यांचं निराकरण करण्याच्या उत्तम पद्धती *प्रेम आणि समृद्धी प्राप्त करण्याची योग्य पद्धत *भूत आणि भविष्य यांतून मुक्तीचा योग्य मार्ग *ध्यानाची डिक्शनरी *आपल्या खऱ्या अस्तित्वाची प्रचिती

वरील सर्व मुद्दे यातील पाच रहस्यांद्वारे आपल्यासमोर उलगडत जातील. प्रस्तुत पुस्तकातील प्रत्येक रहस्यं जसजसं उलगडत जाईल, तसतसं आपलं जीवन सर्वोत्कृष्ट होत जाईल.

कसा कराल स्वतःचा
विकास आणि प्रशिक्षण
आत्मविकासाची सात पावलं

Also available in Hindi

पृष्ठसंख्या : २००
मूल्य : ₹ १६०

'निसर्गनियम जाणणारे लोक कधीही आत्मप्रशिक्षण घ्यायला घाबरत नाहीत. ते कधीही छोटं ध्येय बाळगत नाहीत.' या वाक्यातील वास्तव सिद्ध करणं हेच प्रस्तुत पुस्तकाचं ध्येय आहे. खरंतर जीवनात महान ध्येय प्राप्त करण्यासाठी प्रत्येकालाच संपूर्ण प्रशिक्षणाची आवश्यकता असते.

प्रस्तुत पुस्तकातील प्रत्येक प्रशिक्षण म्हणजे आपल्यासाठी एक मैलाचा दगडच.

पुढील काही प्रशिक्षणांवर दृष्टिक्षेप टाकू या–
*आउट ऑफ बॉक्स, विचार करण्याचं प्रशिक्षण * नवीन कला कमीत कमी वेळेत शिकण्याचं प्रशिक्षण *संघामध्ये आत्मविकासाचं प्रशिक्षण * विचारशक्ती वृद्धिंगत करण्याचं प्रशिक्षण *जे प्राप्त केलंय, त्याची योग्य जोपासना करण्याचं प्रशिक्षण * मोजक्या शब्दात आणि कमी वेळेत लोकांपर्यंत माहिती पोहोचवण्याचं प्रशिक्षण

एक अल्प परिचय
सरश्री

स्वीकार मुद्रा

सरश्रींचा आध्यात्मिक शोधाचा प्रवास त्यांच्या बालपणापासूनच सुरू झाला होता. हा शोध सुरू असतानाच त्यांनी अनेक प्रकारच्या पुस्तकांचं अध्ययन केलं. त्याचबरोबर या शोधकाळात त्यांनी अनेक ध्यानपद्धतींचा अभ्यासही केला. त्यांच्यातील या जिज्ञासेने त्यांना अनेक वैचारिक आणि शैक्षणिक संस्थांमध्ये जाण्यासाठी प्रेरित केलं. जीवनाचं रहस्य समजण्यासाठी त्यांनी **प्रदीर्घ काळ मनन करून आपलं शोधकार्य सातत्याने सुरू ठेवलं. या शोधातूनच त्यांना 'आत्मबोध' प्राप्त झाला.** आत्मसाक्षात्कारानंतर त्यांना जाणवलं, की **अध्यात्माचा प्रत्येक मार्ग ज्या शृंखलेने जोडलेला आहे, तो म्हणजे 'समज'** (Understanding). आत्मबोधप्राप्तीनंतर त्यांनी अध्यापनाचं कार्य थांबवलं आणि जवळ जवळ दोन दशकांहूनही अधिक काळ आपलं समस्त जीवन अखिल मानवजातीच्या आध्यात्मिक विकासासाठी अर्पण केलं.

सरश्री म्हणतात, ''सत्यप्राप्तीच्या सर्व मार्गांचा प्रारंभ जरी वेगवेगळ्या मार्गांनी होत असला, तरी सर्वांचा अंत मात्र एकच समज प्राप्त केल्याने होतो. ही **'समज'च सर्व काही असून ती स्वतःमध्ये परिपूर्ण आहे.** आध्यात्मिक ज्ञानप्राप्तीसाठी या 'समजे'चं श्रवणच पुरेसं आहे.'' ही समज प्रकाशमान करण्यासाठी आजपर्यंत त्यांनी **आध्यात्मिक विषयांवर तीन हजारांहून अधिक प्रवचनं दिली आहेत.** या प्रवचनांद्वारे ते अध्यात्मातील अतिशय गहन संकल्पना सहज, सुलभ आणि व्यावहारिक भाषेत समजावून सांगतात. समाजातील प्रत्येक स्तरावरील मनुष्य सरश्रींद्वारे सांगितल्या

जाणाऱ्या या समजेचा लाभ घेऊ शकतो.

ही समज प्रत्येकाला आपल्या अनुभवातून प्राप्त व्हावी, यासाठी सरश्रींनी '**महाआसमानी परमज्ञान शिबिर**' आणि त्यासाठी आवश्यक असणारी कार्यप्रणाली (सिस्टिम) तयार केली. **तिचा लाभ आज लाखो लोक घेत आहेत.** या प्रणालीला आय.एस.ओ. (ISO 9001:2015) प्रमाणपत्रही लाभलंय. या प्रणालीमुळेच अनेकांना सत्यमार्गावर वाटचाल करण्याची प्रेरणा मिळाली आहे. या समजेचा प्रचार आणि प्रसार करण्यासाठी त्यांनी 'तेजज्ञान फाउंडेशन' या आध्यात्मिक संस्थेचा पाया रचला. **'हॅपी थॉट्सद्वारे उच्चतम विकसित समाजाची निर्मिती करणे,'** हेच या संस्थेचं मुख्य उद्दिष्ट आहे.

विश्वातील प्रत्येक मनुष्य आज सरश्रींच्या मार्गदर्शनाचा लाभ घेऊ शकतो. त्यासाठी कोणत्याही धर्म, जात, उपजात, वर्ण, पंथ वा लिंग यांचं बंधन नसतं. विश्वाच्या प्रत्येक कानाकोपऱ्यांतील लोक आज 'तेजज्ञान'च्या अनोख्या ज्ञानप्रणालीचा (System for Wisdom) लाभ घेत आहेत. याच व्यवस्थेचा आणखी एक महत्त्वपूर्ण भाग म्हणजे, **दररोज सकाळी आणि रात्री ९ वाजून ९ मिनिटांनी लाखो लोक विश्वशांतीसाठी प्रार्थना करत आहेत.**

बेस्ट सेलर पुस्तक 'विचार नियम' शृंखलेचे रचनाकार म्हणूनही सरश्रींना ओळखलं जातं. **केवळ पाच वर्षांच्या कालावधीत या पुस्तकाच्या १ कोटीपेक्षा अधिक प्रती वितरित** झाल्या आहेत. याशिवाय आजवर त्यांनी विविध विषयांवर **१०० हून अधिक पुस्तकं लिहिली** आहेत. त्यांपैकी 'विचार नियम', 'स्वसंवाद एक जादू', 'शोध स्वतःचा', 'स्वीकाराची जादू', 'निःशब्द संवाद एक जादू', 'संपूर्ण ध्यान' इत्यादी पुस्तकं बेस्ट सेलर झाली आहेत. ही पुस्तकं दहापेक्षा अधिक भाषांमध्ये अनुवादित असून, पेंगुइन बुक्स, हे हाउस पब्लिशर्स, जैको बुक्स, मंजुळ पब्लिशिंग हाउस, प्रभात प्रकाशन, राजपाल अॅण्ड सन्स, पेंटागॉन प्रेस आणि सकाळ प्रकाशन इत्यादी प्रमुख प्रकाशन संस्थांद्वारे ती प्रकाशित झाली आहेत.

तेजज्ञान फाउंडेशन परिचय

तेजज्ञान फाउंडेशन आत्मविकासातून आत्मसाक्षात्कार प्राप्त करण्याचा एक मार्ग आहे. यासाठी सरश्रींद्वारा एक अनोखी बोधप्रणाली (System for Wisdom) निर्माण झाली आहे. या प्रणालीला आंतरराष्ट्रीय प्रमाणपत्राद्वारे ISO 9001:2015च्या आवश्यकतेनुसार आणि निकष पडताळून सरळ, व्यावहारिक आणि प्रभावी बनवलं गेलं आहे.

या संस्थेच्या प्रबोधनपद्धतीच्या भिन्न पैलूंना (शिक्षण, निरीक्षण आणि गुणवत्ता) स्वतंत्र गुणवत्ता परीक्षकांद्वारे (Quality Auditors) क्रमबद्ध पद्धतीने पडताळलं गेलं. त्यानंतर या पैलूंना ISO 9001:2015 साठी पात्र समजून या बोधपद्धतीला हे प्रमाणपत्र प्रदान करण्यात आलं.

या फाउंडेशनचे लक्ष्य आहे नकारात्मक विचारांकडून सकारात्मक विचारांकडे वाटचाल. सकारात्मक विचारांकडून शुभ विचारांकडे म्हणजे हॅपी थॉट्सकडे प्रगती. शुभ विचारांकडून निर्विचार अवस्थेकडे मार्गक्रमण आणि निर्विचार अवस्थेच्या अंती आत्मसाक्षात्कार प्राप्ती. 'मी सर्व विचारांपासून मुक्त व्हावे' हा विचार म्हणजे शुभु विचार (हॅपी थॉट्स). 'मी प्रत्येक इच्छेपासून मुक्त व्हावे', अशी इच्छा म्हणजे शुभ इच्छा.

तेजज्ञान म्हणजे ज्ञान व अज्ञान या दोहोंच्या पलीकडचे ज्ञान. पुष्कळ लोक सामान्य ज्ञानाच्या (General Knowledge) माहितीलाच ज्ञान मानतात. परंतु अस्सल ज्ञान आणि नुसती माहिती यांत फार मोठे अंतर आहे. आजमितीला लोक सामान्य ज्ञानाच्या उत्तरांनाच जास्त महत्त्व देतात. अशा ज्ञानाचे विषय म्हणजे कर्म आणि भाग्य, योग आणि प्राणायाम, स्वर्ग आणि नरक इत्यादी. आजच्या युगात सामान्यज्ञान प्राप्त करणारे लोक, शिक्षक मोठ्या प्रमाणावर आहेत; परंतु हे ज्ञान ऐकून जीवनात परिवर्तन घडून येत नाही. असे ज्ञान म्हणजे केवळ बुद्धिविलास आहे किंवा अध्यात्माच्या नावावर चाललेला बुद्धीचा व्यायाम आहे.

सर्व समस्यांवरील उपाय आहे तेजज्ञान. क्रोध, चिंता आणि भय यांपासून मुक्त जीवन म्हणजे तेजज्ञान. शारीरिक, मानसिक, सामाजिक, आर्थिक आणि आध्यात्मिक प्रगतीचा, सर्वांगीण प्रगतीचा मार्ग आहे तेजज्ञान. तेजज्ञान आपल्या अंतरंगात आहे. येथे या आणि या गोष्टीचा अनुभव घ्या.

आपल्याला असे ज्ञान हवे आहे, की जे सामान्य ज्ञानापलीकडे आहे, जे प्रत्येक समस्येवरील उत्तर आहे, जे प्रत्येक समजुतीपासून, गृहीत धारणांपासून आपल्याला मुक्त करते, ईश्वरी साक्षात्कार घडविते, अंतिम सत्यात स्थापित करते. आता वेळ आली आहे शाब्दिक, सामान्यज्ञानातून बाहेर येऊन तेजज्ञानाचा अनुभव घेण्याची!

आजवर जप-तप, तंत्र-मंत्र, कर्म-भाग्य, ध्यान-ज्ञान, योग-भक्ती असे अनेक मार्ग अध्यात्मात सांगितले आहेत. या सर्व मार्गांनी प्राप्त होणारी अंतिम समज, अंतिम ज्ञान, बोध एकच आहे. अंतिम सत्याच्या शोधकाला, साधकाला शेवटी जी एकच 'समज' प्राप्त होते, ती 'समज' श्रवणानेसुद्धा प्राप्त होऊ शकते. अशा समजप्राप्तीसाठी श्रवण करणे यालाच तेजज्ञान प्राप्त करणे म्हटले गेले आहे. तेजज्ञानाच्या श्रवणाने सत्याचा साक्षात्कार घडतो, ईश्वरीय अनुभव मिळतो. हेच तेजज्ञान सरश्री महाआसमानी शिबिरात प्रदान करतात.

महाआसमानी परमज्ञान
शिबिर परिचय आणि लाभ (निवासी)

तुम्हाला सर्वोच्च आनंद हवाय? असा आनंद, जो कोणत्याही बाह्य कारणावर अवलंबून नाही... जो प्रत्येक क्षणी वृद्धिंगत होतो. या जीवनात तुम्हाला प्रेम, विश्वास, शांती, समृद्धी आणि परमसंतुष्टी हवी आहे का? शारीरिक, मानसिक, सामाजिक, आर्थिक आणि आध्यात्मिक अशा आयुष्याच्या सर्व स्तरांवर यशस्वी होण्याची तुमची इच्छा आहे का? 'मी कोण आहे' हे तुम्हाला अनुभवाने जाणावंसं वाटतं का?

तुमच्या अंतर्यामी अशा सर्व प्रश्नांची उत्तरं जाणण्याची इच्छा आणि 'अंतिम सत्य' प्राप्त करण्याची तृष्णा असेल, तर तेजज्ञान फाउंडेशनतर्फे आयोजित 'महाआसमानी शिबिरा'त तुमचं स्वागत आहे. हे शिबिर सरश्रींच्या मार्गदर्शनावर आधारित आहे. सरश्री, आजच्या युगातील आध्यात्मिक गुरू असून, ते आजच्या लोकभाषेत अत्यंत सहजपणे आध्यात्मिक समज प्रदान करतात.

महाआसमानी परमज्ञान शिबिराचा उद्देश :

विश्वातील प्रत्येक मनुष्यानं 'मी कोण आहे', या प्रश्नाचं उत्तर जाणून तो सर्वोच्च आनंदाच्या अवस्थेत स्थापित व्हावा, हाच या शिबिराचा मुख्य उद्देश आहे. प्रत्येकाला असं ज्ञान प्राप्त व्हावं, जेणेकरून त्यानं प्रत्येक क्षणी वर्तमानात जगण्याची कला आत्मसात करावी. तो भूतकाळाचं ओझं आणि भविष्याची चिंता यांतून मुक्त व्हावा. प्रत्येकाच्या आयुष्यात कधीही न संपणारा आनंद आणि योग्य समज यावी. शिवाय, प्रत्येकानं समस्या विलीन करण्याची कला आत्मसात करावी. थोडक्यात, मनुष्यजन्माचा उद्देश सफल व्हावा, हाच या शिबिराचा उद्देश आहे.

'मी कोण आहे? मी येथे का आहे? मोक्ष म्हणजे काय? या जन्मातच मोक्षप्राप्ती शक्य आहे का?' असे प्रश्न जर तुमच्या मनात असतील, तर त्यांवरील उत्तर आहे– 'महाआसमानी शिबिर'.

महाआसमानी परमज्ञान शिबिराचे मुख्य लाभ :

वास्तविक या शिबिराचे लाभ तर असंख्य आहेत; पण त्यांपैकी मुख्य लाभ पुढीलप्रमाणे–

* जीवनात शक्तिशाली ध्येय निश्चित होतं
* 'मी कोण आहे' हे अनुभवाने जाणता येतं (सेल्फ रियलायजेशन)
* मनाचे सर्व विकार विलीन होतात.
* भय, चिंता, क्रोध, बोरडम, मोह, तणाव या नकारात्मक बाबींतून मुक्ती

* प्रेम, आनंद, मौन, समृद्धी, संतुष्टी, विश्वास अशा दिव्य गुणांशी युक्ती
* साधं, सरळ पण शक्तिशाली जीवन जगता येतं
* प्रत्येक समस्येचं निराकरण करण्याची कला प्राप्त होते
* 'प्रत्येक क्षणी वर्तमानात जगणं' हा तुमचा स्वभाव बनतो
* आपल्यातील सर्व सकारात्मक शक्यता खुलतात
* याच जीवनात मोक्षप्राप्ती होते

महाआसमानी परमज्ञान शिबिरात सहभागी कसं व्हाल?

या शिबिरात सहभागी होण्यासाठी तुम्हाला खालील बाबींची पूर्तता करायची आहे-

१. तुमचं वय कमीत कमी अठरा किंवा त्यापेक्षा अधिक असायला हवं.

२. सर्वप्रथम तुम्हाला 'सत्य-स्थापना' (फाउंडेशन ट्रुथ रिट्रीट) शिबिरात सहभागी व्हावं लागेल. या शिबिरात, तुम्ही प्रामुख्यानं दोन बाबी शिकाल- प्रत्येक क्षणी वर्तमानात जगण्याची कला कशी आत्मसात करावी आणि निर्विचार अवस्था कशी प्राप्त करावी.

३. प्राथमिक स्तरावर तुम्हाला काही प्रवचनं ऐकायची असून, त्यांतून तुम्ही मूलभूत समज आत्मसात कराल आणि महाआसमानी शिबिरात प्रवेश करण्यासाठी तयार व्हाल.

महाआसमानी शिबिर वर्षभरात चार-पाच वेळा आयोजित केलं जातं. यात हजारो सत्यशोधक सहभागी होतात. महाआसमानी शिबिराची पूर्वतयारी तुम्ही तेजज्ञान फाउंडेशनच्या नजीकच्या सेंटरवरही करू शकता. महाराष्ट्रात अहमदनगर, सातारा, औरंगाबाद, नाशिक, नागपूर, वर्धा, अमरावती, चंद्रपूर, यवतमाळ, कोल्हापूर, सांगली, रत्नागिरी, लातूर, बीड, नांदेड, परभणी, पनवेल, मुंबई, ठाणे, सोलापूर, पंढरपूर, जळगाव, अकोला, बुलढाणा, धुळे, भुसावळ आणि महाराष्ट्राबाहेर सुरत, अहमदाबाद, बडोदा, नवी दिल्ली, बेंगलुरू, बेळगाव, धारवाड, रायपूर, भुवनेश्वर, कोलकाता, रांची, लखनौ,

कानपूर, चंदीगढ, जयपूर, चेन्नई, पणजी, म्हापसा, भोपाळ, इंदोर, इटारसी, हर्दा, विदिशा, बुऱ्हाणपूर या ठिकाणी महाआसमानी शिबिराची पूर्वतयारी करू शकता.

तेजज्ञान फाउंडेशनमध्ये उपलब्ध असणाऱ्या सरश्रीलिखित पुस्तकांचं वाचन करून किंवा सरश्रींच्या प्रवचनांच्या सीडीज ऐकूनही तुम्ही या शिबिराची पूर्वतयारी करू शकता. याशिवाय, तुम्ही टीव्ही, रेडिओ किंवा यू ट्युबवरील सरश्रींच्या प्रवचनांचा लाभही घेऊ शकता. पण लक्षात घ्या, पुस्तकांतील ज्ञान, सीडी, टीव्ही, रेडिओ आणि यू ट्युबवरील प्रवचनं म्हणजे 'तेजज्ञानाची तोंडओळख' आहे; 'संपूर्ण तेजज्ञान' मुळीच नाही. तुम्ही महाआसमानी शिबिरात सहभागी होऊनच तेजज्ञानाचा आनंद घेऊ शकता. तेव्हा आगामी महाआसमानी शिबिरात सहभागी होण्यासाठी आजच संपर्क करा– 09921008060/75, 9011013208

महाआसमानी शिबिरस्थान :

हे शिबिर पुण्यातील मनन आश्रम येथे आयोजित केलं जातं. येथे तुमच्या निवासाची आणि भोजनाची व्यवस्था केली जाते. तुम्हाला काही शारीरिक व्याधी असतील आणि त्यासाठी जर तुम्ही नियमितपणे औषधं घेत असाल, तर शिबिरात येताना ती सोबत बाळगावीत. शिवाय, वातावरणानुसार गरम कपडे, स्वेटर, ब्लँकेटही आणावं.

पुणे शहरापासून १७ किलोमीटर अंतरावर अत्यंत निसर्गरम्य परिसरात मनन आश्रम वसलेला आहे. आश्रमात महिला आणि पुरुष यांच्या निवासाची स्वतंत्र व्यवस्था असून येथे जवळपास ८०० लोकांच्या राहण्याची व्यवस्था आहे. आपण हवाईमार्ग, हायवे किंवा रेल्वे अशा कोणत्याही मार्गाने पुण्यात येऊ शकता.

मनन आश्रम : मनन आश्रम, पुणे, सर्व्हे नं. ४३, सणस नगर, नांदोशी गाव, किरकटवाडी फाटा, तालुका- हवेली, जिल्हा- पुणे- ४११०२४.
फोन- 09921008060

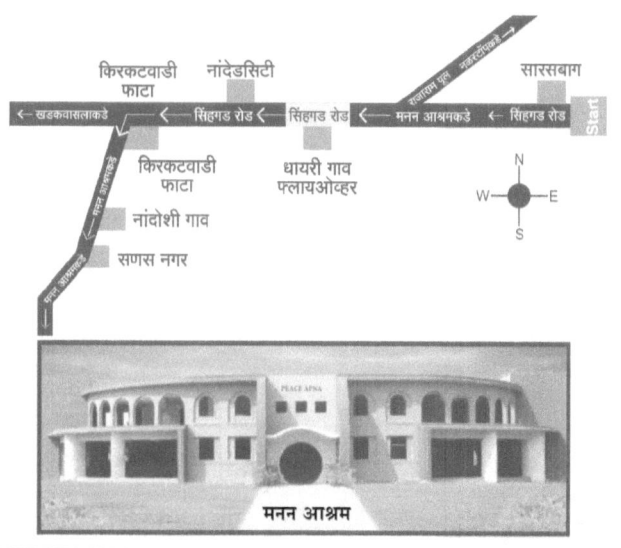

आता एका क्लिकवर शिबिराची नोंदणी!

आता तुम्ही पुढील शिबिरांसाठी **ऑनलाइन** नोंदणी करू शकता.

महाआसमानी परमज्ञान शिबिर परिचय आणि लाभ (५ दिवसीय निवासी शिबिर)

मॅजिक ऑफ अवेकनिंग (केवळ इंग्रजी भाषिकांसाठी ३ दिवसीय महाआसमानी शिबिर)

आध्यात्मिक नींव स्थापना (किशोरवयीन मुलांसाठी मिनी महाआसमानी निवासी शिबिर)

 www.tejgyan.org

इमोशन्स वर विजय

दुःखद भावना व्यक्त करण्याची कला

Also available in Hindi

पृष्ठसंख्या : १६८   मूल्य : ₹ १६०

मनुष्य केवळ वयाने मोठा झाला म्हणून तो परिपक्व बनत नाही, तर भावनांमुळे विचलित न झाल्याने, निर्धाराने त्यांचा सामना करून, योग्य रीतीने त्यांच्याकडे पाहण्याची कला शिकूनच तो परिपक्व बनतो. मनुष्य भावनांतून मुक्त होण्याचे दोनच मार्ग अवलंबतो. पहिला- भावना दाबून ठेवणे आणि दुसरा, भावनांमुळे निर्माण झालेला प्रक्षोभ इतरांवर बरसणे. मात्र वरील दोन पद्धतींशिवाय आणखी काही अचूक आणि परिणामकारक पद्धती या पुस्तकात उद्धृत करण्यात आल्या आहेत. त्यांचा अवलंब करून भावनांच्या जंजाळातून मुक्त होऊन आपण निश्चितच प्रेम आणि सौहार्दपूर्ण जीवन जगू शकाल.

कसा कराल स्वतःचा
विकास आणि प्रशिक्षण

आत्मविकासाची सात पावलं

Also available in Hindi

पृष्ठसंख्या : २००   मूल्य : ₹ १६०

'निसर्गनियम जाणणारे लोक कधीही आत्मप्रशिक्षण घ्यायला घाबरत नाहीत. ते कधीही छोटं ध्येय बाळगत नाहीत.' खरंतर जीवनात महान ध्येय प्राप्त करण्यासाठी प्रत्येकालाच संपूर्ण प्रशिक्षणाची आवश्यकता असते.

पुढील काही प्रशिक्षणांवर दृष्टिक्षेप टाकू या-* आउट ऑफ बॉक्स, विचार करण्याचं प्रशिक्षण * नवीन कला कमीत कमी वेळेत शिकण्याचं प्रशिक्षण * संघामध्ये आत्मविकासाचं प्रशिक्षण * विचारशक्ती वृद्धिंगत करण्याचं प्रशिक्षण * जे प्राप्त केलंय, त्याची योग्य जोपासना करण्याचं प्रशिक्षण * मोजक्या शब्दात आणि कमी वेळेत लोकांपर्यंत माहिती पोहोचवण्याचं प्रशिक्षण

विकास नियम

आत्मसंतुष्टीचं रहस्य

Also available in Hindi

पृष्ठसंख्या : १५२   मूल्य : ₹ १४०

विकास नियमांनुसार, 'प्रत्येक प्राणिमात्रात सर्वोच्च क्षमता आणि शक्यता असतातच, फक्त त्या क्षमता आणि शक्यता सुप्तावस्थेत असतात.' या क्षमता तेव्हाच पूर्णतः खुलतात, जेव्हा आपण स्वतःच्या गुणांचा, कौशल्यांचा विकास करतो. 'विकास नियम' या पुस्तकात स्वतःचा 'संपूर्ण विकास' कसा साधावा, याचं रहस्य सामावलंय.

सवयी बदला-स्वतःला दिशा द्या, अखंड विकास, नात्यांचा विकास, आर्थिक विकासाची गुरुकिल्ली, शारीरिक विकासाच्या पायऱ्या, मानसिक विकासाची सूत्रे आणि आध्यात्मिक विकासासाठी कोणती पावले उचलावीत, या आणि अशा अनेक विषयांवर मार्गदर्शन करणारं हे पुस्तक प्रत्येकानं वाचायलाच हवं.

साहसी जीवन कसं जगाल

अशक्य कार्य शक्य कसं कराल

Also available in Hindi

पृष्ठसंख्या : १७६   मूल्य : ₹ १६०

एका शूरवीर योद्ध्याला अत्यंत कठीण असे सात प्रश्न विचारण्यात आले. या प्रश्नांची उत्तरं शोधण्यासाठी त्याला कधी घनदाट अरण्यात प्रवास करावा लागला; तर कधी तप्त वाळवंटात पायपीट करावी लागली. कधी पर्वतांवर, डोंगरटेकड्यांवर चढावं लागलं; तर कधी अंधाऱ्या गुहेत ठेचकाळत शोध घ्यावा लागला. अखेरीस त्याला सात कठीण प्रश्नांची उत्तरं गवसली. कारण त्याच्याजवळ होती दोन शस्त्रं, 'साहस' आणि 'योग्य समज'. त्या योद्ध्याचं नाव, 'हातिम'.

e-mail
mail@tejgyan.com

Website
www.tejgyan.org, www.gethappythoughts.org

- विश्वशांती प्रार्थना -

पृथ्वीवर शुभ्र प्रकाश (दिव्यशक्ती) येत आहे,
पृथ्वीतून सोनेरी प्रकाशाचा (चेतनेचा) उदय होत आहे.
विश्वातील सगळी नकारात्मकता दूर होत आहे.
सर्वजण प्रेम, आनंद आणि शांतीसाठी ग्रहणशील होत आहेत.

ही 'सामूदायिक अव्यक्तिगत प्रार्थना' तेजज्ञान फाउंडेशनचे सर्व सदस्य कित्येक वर्षांपासून सातत्याने करत आहेत. आनंदी लोकदेखील ही प्रार्थना करू शकतात. तसेच आजारी किंवा कोणत्याही समस्येमुळे त्रस्त असणारे लोकही ही प्रार्थना ग्रहण करून स्वास्थ्यलाभ घेऊ शकतात.

तुम्ही एखाद्या आजाराने वा समस्येने त्रस्त असाल, तर सकाळी अथवा रात्री ९ वाजून ९ मिनिटांनी ग्रहणशील होऊन शांत बसा. 'स्वास्थ्य आणि शांती यांचा शुभ्र प्रकाश प्रार्थना करणाऱ्या कित्येक लोकांद्वारे पृथ्वीवर येत आहे. त्याचप्रमाणे तो माझ्यावरही कार्य करत आहे. जेणेकरून मी स्वस्थ आणि शांत होत आहे.' असं मनात म्हणा. त्यानंतर काही वेळ याच भावावस्थेत राहून सर्वांना धन्यवाद द्या आणि मगच उठा.

☀ तेजज्ञान इंटरनेट रेडिओ ☀

तेजज्ञान इंटरनेट रेडिओद्वारे २४ तास ३६५ दिवस, सरश्रींच्या प्रवचन आणि भजनांचा लाभ घ्या. त्यासाठी पाहा लिंक-
http://www.tejgyan.org/internetradio.aspx

विविध भारती F.M. वर दर रविवारी
सकाळी १०:०५ ते १०:१५ वा.

नोट : या कार्यक्रमांच्या वेळेत बदल झाल्यास नोंद ठेवावी.

www.youtube.com/tejgyan च्या साहाय्यानेदेखील सरश्रींच्या प्रवचनांचा लाभ घेऊ शकता.
For online shoping visit us - www.tejgyan.org,
www.gethappythoughts.org

आपणास हवी असलेली पुस्तकं घरपोच मिळण्यासाठी मनीऑर्डर पाठवा. ही पुस्तकं आमच्या खर्चाने रजिस्टर्ड पोस्ट, कुरिअर आणि व्ही.पी.पी.द्वारे पाठवली जातील. त्यासाठी खालील पत्त्यावर संपर्क साधावा.

वॉव पब्लिशिंग्ज् प्रा. लि.

*रजिस्टर्ड ऑफिस : E-4, वैभव नगर, तपोवनमंदिराजवळ, पिंपरी, पुणे -४११०१७
* पोस्ट बॉक्स नं. ३६, पिंपरी कॉलनी, पोस्ट ऑफिस, पिंपरी-पुणे - ४११०१७
फोन नं. : 09011013210 / 9623457873

आपण पुस्तकांची ऑर्डर ऑनलाईनही देऊ शकता.
लॉग इन करा - www.gethappythoughts.org
३०० रुपयांहून अधिक किमतीची पुस्तकं मागवल्यास १०% सूट मिळेल आणि डिलिव्हरी फ्री.

तेजज्ञान फाउंडेशनच्या मुख्य शाखा

पुणे : (रजिस्टर्ड ऑफिस)
विक्रांत कॉम्प्लेक्स, तपोवन मंदिराजवळ, पिंपरी,
पुणे : ४११ ०१७.
फोन : (०२०) २७४१२५७६, २७४११२४०

मनन आश्रम :
सर्व्हे नं. ४३, सणस नगर, नांदोशी गांव,
किरकटवाडी फाटा, तालुका : हवेली,
जि. पुणे: ४११ ०२४. फोन : ०९९२१००८०६०

e-books

The Source • Complete Meditation • Ultimate Purpose of Success • Enlightenment I Inner Magic • Celebrating Relationships • Essence of Devotion • Master of Siddhartha • Self Encounter and many more.
Also available in Hindi at gethappythoughts.org

Free apps

U R Meditation & Tejgyan Internet Radio on all platforms like Android, iPhone, iPad and Amazon

e-magazines

'Yogya Aarogya' & 'Drushtilakshya'

emagazines available on www.magzter.com

www.ingramcontent.com/pod-product-compliance
Lightning Source LLC
LaVergne TN
LVHW041843070526
838199LV00045BA/1410
9789387696433